महात्मा फुले यांचे वैचारिक चरित्र

डॉ. सदानंद मोरे

 सकाळ प्रकाशन

सकाळ प्रकाशन

Mahatma Phule Yanche Vaicharik Charitra

© Dr. Sadanand More

महात्मा फुले यांचे वैचारिक चरित्र

प्रस्तावना आणि संपादन : डॉ. सदानंद मोरे

प्रथम आवृत्ती : जुलै २०१९

मुखपृष्ठ आणि मांडणी : यशोधन लोवलेकर

प्रकाशक : सकाळ मीडिया प्रा. लि.
५९५, बुधवार पेठ,
पुणे ४११ ००२

ISBN : 978-93-87408-89-0

संपर्क : ०२०-२४४० ५६७८ / ८८८८८ ४९०५०
sakalprakashan@esakal.com

प्रस्तावना

ब्रिटिश वसाहतवाद्यांनी हिंदुस्थान जिंकून देशभर आपला अंमल स्थापन केल्यानंतर देशभर युरोपियन ज्ञान, विज्ञान, शिक्षण, तसेच सामाजिक, राजकीय आणि सांस्कृतिक संस्था यांचा प्रादुर्भाव होऊ लागला. त्यातूनच एकोणिसाव्या शतकातील व्यापक प्रबोधनाची प्रक्रिया सुरू झाली. ब्रिटिश सत्ता सर्वात अगोदर बंगाल प्रांतात सुरू झाल्यामुळे ही प्रक्रियासुद्धा अगोदर तेथेच सुरू होणे इतिहासक्रमास धरूनच होते. याच प्रक्रियेचा एक परिणाम म्हणजे, आधुनिक पद्धतीने ज्ञानाचा आणि संस्थांचा व्यवहार करणारी पहिली पिढी बंगालमध्ये निर्माण झाली. इतिहासलेखन करणाऱ्या लेखकांची पहिली पिढीही बंगाली अभ्यासकांचीच. साहजिकच या मंडळींनी भारतीय प्रबोधनाची मांडणी बंगालला केंद्रस्थानी ठेवून केली. राजा राममोहन रॉय हे जणू प्रबोधनपुरुष ठरले.

महाराष्ट्रात ब्रिटिशांची सत्ता उशिराने आली आणि मुख्य मुद्दा असा आहे की, तोपर्यंत, म्हणजे इ.स. १८१८पर्यंत महाराष्ट्रात महाराष्ट्रातील लोकच राज्यकर्ते होते. महाराष्ट्रातील मराठे केवळ स्वराज्याचाच उपभोग घेत होते असे नसून, या मराठ्यांनी जवळपास सर्व हिंदुस्थानावर आपली प्रत्यक्ष किंवा अप्रत्यक्ष सत्ता स्थापन केली होती. याच मराठ्यांशी संघर्ष करत व या संघर्षात त्यांच्यावर मात करत ब्रिटिशांनी आपली सत्ता स्थापन केली. ब्रिटिशांचा अंमल हे महाराष्ट्राच्या दृष्टीने स्वातंत्र्याकडून पारतंत्र्याकडे, स्वराज्याकडून परराज्याकडे झालेले संक्रमण होते. बंगालबद्दल असे म्हणता येत नाही. बंगालमध्ये झालेले परिवर्तन हे एका परकीय सत्तेकडून दुसऱ्या परकीय सत्तेकडे झालेले संक्रमण होते. दुसरी, म्हणजे ब्रिटिश परकीय सत्ता ही स्थानिकांना अगोदरच्या इस्लामी परकीय सत्तेपेक्षा अधिक सुसह्य, इतकेच नव्हे, तर सोयीची, किफायतशीर व वाव देणारी वाटली. बंगालने तिचे मनापासून स्वागत केले.

ब्रिटिश अंमलात बंगालमध्ये झालेल्या प्रबोधनाचे पडसाद महाराष्ट्रात उमटणे स्वाभाविकच होते. मात्र याचा अर्थ महाराष्ट्राने बंगालचे अनुकरण केले असा होत नाही. राममोहनांनी स्थापन केलेल्या ब्राह्मो समाजाचा विचार मुंबई-पुण्यापर्यंत पोहोचला हे खरंच आहे. महाराष्ट्रात जो प्रार्थना समाज स्थापन झाला, त्याच्यासाठी हा विचार प्रेरणादायी ठरला यात शंकाच नाही. पण प्रार्थना समाजाने आपली स्वात्मता (Identity) जितकी जपली, तितकी ती ब्राह्मो समाजाला जपता आली नाही. ही स्वात्मता जपण्यासाठी प्रार्थना समाजात महाराष्ट्रातील संत परंपरेचा, विशेषतः तुकोबांचा खूप उपयोग झाला. इतका की न्या. रानडे 'प्रार्थना समाज म्हणजे नवभागवत धर्म आहे' असे बिनदिक्कत म्हणू शकले, तर डॉ. भांडारकर 'आम्ही प्रार्थना समाजिस्ट तुकोबांच्या धर्माचे उपासक आणि प्रचारक आहोत' असा दावा करू शकले. थोडक्यात, प्रार्थना समाज हा ब्राह्मो समाजाच्या प्रवाहाला फुटलेला एक फाटा नसून, ब्राह्मो प्रवाहाशी समांतरपणे वाहणारा एक स्वतंत्र आणि स्वायत्त प्रवाह आहे.

या प्रकाराची महत्त्वाची निष्पत्ती म्हणजे स्वतंत्र राज्यकर्त्यांच्या भूमिकेने वावरलेल्या महाराष्ट्राच्या प्रबोधनपर्वाचा बंगाली प्रबोधनाच्या संदर्भात निरपेक्षपणे विचार करून त्याच्या संदर्भात बंगाली प्रबोधनाचीच समीक्षा करणे. या निष्पत्तीला बळकटी आणणारी आणखी एक बाब म्हणजे महात्मा जोतीराव फुले आणि त्यांच्या सार्वजनिक सत्यधर्म किंवा सत्यशोधक समाज. जोतीरावांचा हा समाज प्रार्थना समाजाप्रमाणे ब्राह्मो समाजाशी समांतरपणे वाहणारा आणखी एक प्रवाह नसून, तो मुळातच प्रार्थना समाजाला (व पर्यायाने ब्राह्मो समाजाला) प्रतिक्रियात्मक पर्याय म्हणून पुढे आलेला प्रवाह आहे. एरवी जगभरच्या धर्ममतांचा उल्लेख करणारे फुले हे राममोहन रॉय किंवा ब्राह्मो समाज यांची गंभीर दखल घेताना दिसत नाहीत हे लक्षात घ्यायला हवे. फुले वाङ्मयात जेथे कोठे ब्राह्मो समाजाचा उल्लेख येतो, तेथे तो उपहास किंवा टीका या स्वरूपात येतो ही बाब सूचक आहे.

जोतीरावांच्या कार्याबद्दल अतीव आदर बाळगणाऱ्यांनीसुद्धा जोतीरावांकडे एक समाजसेवक, तळमळीचा कार्यकर्ता या नात्यानेच पाहिले. जोतीराव हे एक ताकदीचे विचारवंत होते. त्यांचे कार्य हे केवळ सद्भावनेपोटी किंवा करुणेतून घडले असाच या मंडळींचा समज असावा. वस्तुतः जोतीराव हे उच्च कोटीचे विचारवंत होते. त्यांच्या विचारांचा एक विकासक्रमही दाखवता येतो. त्याचप्रमाणे त्यांचे कार्यही या वैचारिकतेशी जोडता येते.

सकाळ प्रकाशनासाठी महात्मा फुले यांच्या निवडक साहित्याचे संपादन करताना मला हा मुद्दा विशेष जाणवू लागला. जोतीरावांच्या वैचारिक जडणघडीविषयी मी संशोधन व लेखन केलेले होते. जोतीराव हे आधुनिक मराठी कवितेचे जनक कसे ठरतात याची

मांडणीही मी करीत होतो. 'बार्टी' या संस्थेने प्रकाशित केलेल्या 'समग्र फुले वाङ्मया'च्या प्रस्तावनेत जोतीरावांच्या साहित्याचा मी परामर्श घेतला.

ज्या थोर व्यक्ती एकाच वेळी विचारवंत आणि अभिकर्ते ('agents') असतात, त्यांचे चरित्र लिहायचे झाल्यास त्यांच्या विचारांची दखल स्वतंत्रपणे घ्यावी लागते. माझ्या 'या सम हा' नावाच्या कृष्णचरित्रात ('Krishna : The Man and his Misson' या मूळ इंग्रजी ग्रंथाचा अनुवाद) मी कृष्णाचे विचार आणि कृती म्हणजे चरित्र यांच्यात कसा अन्योन्य संबंध आहे हे दाखविण्याचा प्रयत्न केला होता. या पुस्तकाची रचना करताना अगोदर अस्सल साधनांच्या आधारे कृष्णाचे घटनाप्रधान चरित्र लिहून नंतरच्या प्रकरणांमध्ये या चरित्रातून व्यक्त होणारी कृष्णाची वैचारिकता सांगितली आहे. म्हणजेच त्या पुस्तकात हे दोन भाग स्पष्टपणे दिसून येतात.

जोतीरावांच्या समग्र आणि निवडक साहित्याच्या ग्रंथाला लिहिलेल्या प्रस्तावनेचे नंतर वाचन करत असता माझ्या लक्षात आले की, कळत नकळत आपण महात्मा फुले यांचे वैचारिक चरित्रच लिहून गेलो आहोत. या चरित्रात अशी घटनाक्रमयुक्त चरित्र किंवा कृती आणि नंतर त्यामागचे त्यातून व्यक्त होणारे विचार अशी रचना नाही किंवा आधी विचारांच्या आराखड्याची मांडणी व त्यांच्या आधारे घटनांचे अथवा कृतींचे विश्लेषण अशीही विभागणी नाही. जोतीरावांच्या ग्रंथरचनांमधून त्यांच्या विचारांची मांडणी करता करता त्यातूनच जोतीरावांनी केलेल्या कृत्यांची घटनात्मक मांडणी आपोआपच पुढे येते. या चरित्राला जोतीरावांचे वैचारिक चरित्र म्हणता येईल, इतके हे दोन्ही घटक पुरेशा स्पष्टपणे दृग्गोचर होतात.

मी लिहिलेल्या संत ज्ञानेश्वर आणि लोकमान्य टिळक यांच्या चरित्रग्रंथांमध्येही मी या दोन्ही चरित्रनायकांच्या विचारांचा आणि कृतींचा धांडोळा घेतला आहे. परंतु त्यांची रचना वेगळ्या प्रकारची आहे.

जोतीरावांच्या प्रत्यक्ष चरित्रातील तपशील लक्षात यावेत म्हणून त्यांचे स्वतंत्र परिशिष्टही ग्रंथाला जोडले आहे.

प्रस्तुत पुस्तकाच्या प्रकाशनासाठी पुढाकार घेतल्याबद्दल सकाळ प्रकाशनचे व्यवस्थापक श्री. आशुतोष रामगीर यांचे मी मनापासून आभार मानतो. माझ्या संशोधन आणि लेखनाच्या कामास सतत प्रोत्साहन देणारे डॉ.डी.आर. परिहार यांना मनापासून धन्यवाद.

डॉ. सदानंद मोरे

अनुक्रमणिका

महात्मा फुले यांचे वैचारिक चरित्र

ऐतिहासिक पार्श्वभूमी

एकोणिसाव्या शतकातील महाराष्ट्र म्हणजे महापुरुषांची मांदियाळी. परिस्थितीच तशी आव्हानात्मक होती. त्याआधीच्या दोन शतकांत महाराष्ट्रातील लोकांच्या यशाची चढती कमान होती. सतराव्या शतकातील महाराष्ट्राने तुकाराम महाराज पाहिले. त्याच शतकाच्या मध्यावर शिवाजी महाराजांची स्वराज्याची मुहूर्तमेढ रोवली आणि शतकाच्या अखेरीस औरंगजेबाच्या रूपाने आलेल्या प्रचंड वादळाला सह्याद्रीच्या छातीने अंगावर घेतले आणि शांत केले.

अठरावे शतक तर मराठ्यांचेच होते. या शतकात महाराष्ट्रातील स्वराज्याचे साम्राज्य झाले. दिल्लीच्या बादशहाला आपल्या ताब्यात ठेवून मराठे हिंदुस्थानचे सूत्रधार बनले; पण सरळ रेषेत चालला तर त्याला 'इतिहास' कसा म्हणायचे? १७५७-५८मध्ये मराठे अहमदशहा अब्दालीच्या अफगाणी फौजेस पश्चिम दिशेला अटक येथून हिंदुस्थानच्या सीमापार पिटाळून लावत असताना पूर्वेकडे मात्र प्लासीची लढाई जिंकून इंग्रज नावाचा चाणाक्ष शत्रू घरात घुसला होता! त्यानंतर चार-पाच वर्षांत अब्दालीशी पुन्हा एकदा मुकाबला करायची वेळ आलेल्या मराठ्यांचा पानिपतच्या लढाईत पराभव झाला खरा; तरीही त्याचाच एक परिणाम म्हणून पश्चिमेकडून येणारी आक्रमणे कायमची थांबली.

दरम्यान इंग्रजांनी बंगालमधील बक्सरची लढाई जिंकून आपले पाय घट्ट रोवले होते. तिकडे त्यांना अडवणारे कोणीच नव्हते. इकडे राजपूत, जाटांसारख्या स्थानिक शक्तींनी

वारंवार मराठ्यांच्या पायात पाय घालून त्यांना अडथळा आणायचे चालवल्याने इंग्रजांचे काम अधिक सोपे झाले.

या सत्तासंघर्षात अखेर मराठ्यांवर मात करून इंग्रजांनी एकोणिसाव्या शतकाच्या प्रारंभी दिल्लीच्या बादशहाला मराठ्यांकडून हिसकावून घेतले आणि ते हिंदुस्थानचे सत्ताधीश बनले. याच दरम्यान पंजाबात रणजितसिंगामुळे शिखांची महासत्ता उदयास आली खरी; पण ती त्याच्या मृत्यूनंतर तितक्याच वेगाने अस्तासही गेली.

या घडामोडी होईपर्यंत एकोणिसाव्या शतकाचा पूर्वार्ध संपत आला होता. मराठ्यांच्या हातातून दिल्ली आणि त्या अनुषंगाने हिंदुस्थानची सत्ता कधीच निसटली. इतकेच काय तर शिंदे आणि होळकर यांच्यातील परस्पर संघर्षाचा परिणाम मराठा मंडळाचे नेतृत्व करणाऱ्या पेशव्यांवरही झाला. या दोन्ही उपसत्तांना कसे हाताळायचे, हे न समजून दुसरा बाजीराव शेवटी इंग्रजांच्या आश्रयाला गेला. त्याची अंतिम परिणती १८१८मध्ये पेशवाईच्या अंतात झाली. याच वर्षी पुण्यातील शनवारवाड्यावर ब्रिटिश सत्तेचे प्रतीक असलेला युनियन जॅक फडकला.

परंतु, हे सत्तांतर केवळ राजकीय नव्हते व तसेच ते केवळ राजकीय कारणांमुळेच घडून आलेले नव्हते. त्याची सामाजिक कारणेही होती.

हिंदुस्थानातील समाज हा जातिबद्ध समाज होता. त्यामुळे तो मुसलमानांच्या आक्रमणाला सहजासहजी बळी पडला ही वस्तुस्थिती नाकारणे अवघड आहे. मुसलमानांच्याच वेगवेगळ्या घराण्यांची राज्ये हिंदुस्थानावर पसरली असताना व उत्तरेतील मोगल दक्षिणेतील उर्वरित इस्लामी राज्यांचा घास घेऊन संपूर्ण हिंदुस्थानात आपली एकछत्री सत्ता प्रस्थापित करण्याच्या ऐतिहासिक क्षणाच्या जवळ आलेले असताना अत्यंत अनपेक्षितपणे शिवाजी महाराजांच्या पराक्रमाने मराठ्यांचे राज्य स्थापन झाले व इतिहासाचा प्रवाहच बदलला. तो इतका बदलला की, औरंगजेबाच्या मृत्यूपर्यंत म्हणजे इ.स. १७०७पर्यंत महाराष्ट्रातील आपल्या स्वराज्याचा बचाव करण्यात गुंतलेले मराठे त्यानंतर अवघ्या दहा-पंधरा वर्षांत थेट दिल्लीत येऊन धडकले आणि ते शतक संपेपर्यंत दिल्लीचे राजकारण नियंत्रणात ठेवण्यात यशस्वी झाले. शेवटी शेवटी तर दिल्लीचा मोगल बादशहा हा नामधारी सार्वभौम आणि त्याने ज्यांना साम्राज्याची मुखत्यारी बहाल केली ते महादजी शिंदे हे साम्राज्याचे खरे सूत्रधार अशी स्थिती झाली! मराठ्यांनी बादशहाला वार्षिक पेन्शन देऊन आराम करायला लावले.

१८०३मध्ये दौलतराव शिंदे यांच्या फौजेचा पराभव करून बादशहाला ताब्यात घेतल्यानंतर १८५७च्या उठावापर्यंत इंग्रजांनी मराठ्यांच्याच राजकारणाचे अनुकरण करून सत्ता चालवली. ५७मधील बंडाचे नेतृत्व खुद्द बादशहानेच केल्यामुळे नाइलाजाने

त्यांना बादशहाला पदच्युत करून भारताला अधिकृतपणे ब्रिटिश साम्राज्याचा भाग बनवावे लागले.

मुद्दा एवढाच आहे, की ब्रिटिशांनी हिंदुस्थान घेतले ते मराठ्यांशी लढाया करून, मराठ्यांकडून आणि मुख्य म्हणजे मराठ्यांनी घालून दिलेल्या राज्यपद्धतीसकट!

हिंदुस्थानात अन्य कोणालाही करता न आलेली राजकीय कामगिरी मराठे कशी करू शकले याचे उत्तर राजकीय इतिहासाच्या चौकटीच्या बाहेर जाऊन द्यावे लागते.

हे उत्तर द्यायचा प्रयत्न पहिल्यांदा न्या. महादेव गोविंद रानडे यांनी केला रानड्यांनी ज्या प्रकारे मराठ्यांच्या सत्तेच्या उदयाची मीमांसा केली, त्याच प्रकारची मीमांसा प्राचीन काळातील मौर्यांच्या व अलीकडील शिखांच्या राज्याच्या उदयाची करता येते, हे डॉ. बाबासाहेब आंबेडकरांनी सूचित केले आणि त्याची आणखी सूक्ष्म व सफाईदार (sophisticated) मांडणी इतिहासकार त्र्यंबक शंकर शेजवलकर यांनी केली शेजवलकरांनी चर्चा उदयापुरती मर्यादित न ठेवता मराठ्यांचे राज्य टिकण्याच्या आणि नष्ट होण्याच्या कारणमीमांसेपर्यंत व्यापक केली.

हिंदुस्थानातील समाजरचना जातिव्यवस्थेवर आधारित आहे एवढे सांगून तिचे वर्णन पूर्ण होत नाही. वरकरणी ही व्यवस्था श्रमविभागणीशी व व्यवसाय उद्योगांशी निगडित असल्याचे दिसते व तसे सांगून तिचे समर्थनही करता येते; परंतु वस्तुतः ही विभागणी निकोप व निष्पाप नसून, तिच्यात एक विषमता अनुस्यूत आहे. जातिजातींमधील उच्चनीचभाव तिला साधीसरळ विशुद्ध श्रमविभागणी राहू देत नाही. दुसरे असे, की उद्योगव्यवसायांच्या विभागणीमुळे ही व्यवस्था उत्पादन व्यवस्था-अर्थव्यवस्था बनल्याने ती लोकांच्या प्रत्यक्ष जगण्याचा भौतिक आधार बनली. तिला धर्माने पावित्र्य आणि तात्त्विक समर्थन प्राप्त करून दिले. इतकेच नव्हे तर तिचे रक्षण करण्याची जबाबदारी राजसत्तेकडे सोपवली. त्यामुळे ती जणू अपरिवर्तनीय झाली. युरोपातील भांडवली अर्थव्यवस्था अपरिवर्तनीय असल्याचा, तिचे नियम पोलादी असल्याचा दावा अभिजात अर्थशास्त्राने केला होता. तो पोकळ असल्याचे कार्ल मार्क्सने दाखवून दिले. तशा प्रकारची अपरिवर्तनीयता येथील व्यवस्थेला धर्मशास्त्राने दिली होती.

या जातिव्यवस्थेतील उच्च-नीच भावामुळे (ज्याचे एक टोक अस्पृश्यता हे होते.) समाजामधील अभिसरण, सहानुभूती, संवाद, संपर्क आणि सहकार्य संपुष्टात येऊन आपण सर्व एक धर्म, एक समाज, एक राष्ट्र असल्याची भावना निर्माण होऊ शकली नाही व तो परकीय आक्रमकांना सहजासहजी बळी पडत गेला, असे डॉ. बाबासाहेब आंबेडकरांनी म्हटले आहे. धार्मिक, सामाजिक आणि राजकीय ऐक्याच्या आड येणारी ही एक धोंडच होती असे म्हणता येते.

महाराष्ट्रात तेराव्या शतकापासून सतराव्या शतकापर्यंत होऊन गेलेल्या संतपरंपरेने धार्मिक उपदेशातून जातीची बंधने शिथिल केली, भाषिक आणि औपासनिक बंध निर्माण केले. त्यामुळे आपसूक निर्माण झालेल्या सामाजिक ऐक्याच्या पायावर शिवाजी महाराजांनी स्वराज्याची इमारत रचली. तो पाया होता तोपर्यंत या स्वराज्याचा साम्राज्यात विस्तार होत गेला, असे रानड्यांच्या प्रतिपादनाचे सार सांगता येईल. बाबासाहेबांनी परिवर्तनाचा क्रम सांगताना आधी धार्मिक, मग सामाजिक आणि नंतर राजकीय अशी क्रमवारी लावून महाराष्ट्रातील हा क्रम मौर्य आणि शीख यांच्या राजकीय क्रांत्यांनाही लावता येतो, असे सांगितले.

रानडे, आंबेडकरांचे विश्लेषण आणखी पुढे नेऊन शेजवलकरांनी आपल्या पूर्वसूरींच्या विवेचनाला मूल्यचर्चेची जोड दिली. ब्रिटिश काळात स्वातंत्र्यप्राप्तीवर भर देताना सामाजिक समतेकडे व बंधुत्वाकडे दुर्लक्ष करणाऱ्या, राष्ट्रीय समजल्या जाणाऱ्यांना त्यांनी सांगितले, की समता आणि बंधुता यांचे अधिष्ठान असल्याशिवाय स्वातंत्र्य टिकत नसते. शिवकाळात महाराष्ट्रातील लोक तेव्हाच्या परकीय सत्तेपासून स्वातंत्र्य मिळवू शकले त्याचे श्रेय समर्थ रामदासांच्या पदरात टाकून वारकरी संतपरंपरेचा अधिक्षेप करण्याची परंपराच इतिहासाचार्य वि. का. राजवाडे यांनी सुरू केली होती. रामदासांनी स्वातंत्र्यास पोषक विचार मांडले होते. या दाव्याला आव्हान न देता शेजवलकरांनी रामदासांपूर्वी होऊन गेलेल्या एकनाथांनी समतेचा व समकालीन तुकारामांनी बंधुतेचा पुरस्कार केला होता, याकडे लक्ष वेधले. समता व बंधुता यांच्या पायावरच स्वातंत्र्य उभे राहते, असे शेजवलकर म्हणतात.

पण, शेजवलकर तेथेच थांबत नाहीत. स्वातंत्र्य, समता आणि बंधुता यांचा शास्त्रीय पद्धतीने प्रत्यक्ष उच्चार फ्रेंच राज्यक्रांतीच्या काळात झाला असला तरी ती मूलभूत मानवी मूल्ये आहेत. शिवाजी महाराजांनी कमावलेले राज्य दुसऱ्या बाजीराव पेशव्यांच्या काळात लयास गेले, याचे कारण विशेषत: उत्तर पेशवाईत झालेला समता आणि बंधुता या मूल्यांचा ऱ्हास, अशी शेजवलकरांची मीमांसा आहे.

मराठ्यांच्या राज्याच्या उभारणीत महाराष्ट्रातील मराठा अग्रेसर असला तरी त्यात सर्व जातीजमातींचा हातभार लागलेला होता. याच मुद्द्यावर न्या. रानडे आणि विशेषत: राजारामशास्त्री भागवत यांनी भर दिला. या प्रक्रियेत संतांची शिकवण उपयोगी ठरली हे निःसंशय; पण तेव्हा आणि त्यानंतर औरंगजेबाच्या बलाढ्य सैन्याशी झुंजताना व त्या झुंजीत तावून-सुलाखून निघत वाचलेल्या स्वराज्याला हिंदुस्थानव्यापी साम्राज्य करताना मनुष्यबळाची आवश्यकता होती. त्यामुळे पारंपरिक जातिव्यवस्थेतून निष्पन्न होणारी व्यवसायांवरील, स्पर्शास्पर्शांवरील, एकत्र येण्यावरील, संपर्कसंवादांवरील

बंधने काटेकोरपणे पाळणे व्यावहारिक दृष्ट्या अशक्यप्राय होते. मराठ्यांच्या राज्यसंस्थेत देशस्थ ब्राह्मण पहिल्यापासूनच होते. शाहू महाराजांच्या काळात आता त्यात चित्पावनांचा समावेश झाला. जातींवर आधारित आचारांत एरवी कट्टर असलेल्या ब्राह्मणांनासुद्धा लष्करी पेशा पत्करल्यावर पूर्ववत वागता येत नाहीच. त्यामुळेही असेल, पण शाहू महाराजांच्या वेळी पेशवाईची सूत्रे बाळाजी विश्वनाथांच्या घरात गेली, त्याच्यापासून ते थोरल्या माधवरावांपर्यंतच्या पेशव्यांनी जातिभेदाचे प्रस्थ वाढू दिले नाही. थोरल्या बाजीरावांच्या पेशवाईत तर जोतीराव फुले ज्यांचा उल्लेख 'शूद्र' असा करतात, त्या सरदारांची लहान-मोठी राज्ये झाली. या काळातील पेशव्यांसह सर्व ब्राह्मण वतनदार इतर जातींच्या लोकांशी बऱ्यापैकी बरोबरीच्या नात्याने वागत. पेशव्यांच्या घरात भोजनाच्या पंक्ती उठत, त्यात पेशव्यांच्या स्त्रिया जातीने मराठा सरदारांना पाने वाढत असत.

थोरल्या माधवरावांनंतर हे वातावरण बिघडले. नंतरचे नारायणराव आणि सवाई माधवराव हे पेशवे बालबुद्धीचे निपजले आणि धाकट्या बाजीरावाच्या बाबतीत काही लिहायचीही गरज नाही. दुसरे असे की या तिन्ही पेशव्यांच्या काळात ज्याने सत्ता गाजवली त्या नाना फडणवीसांच्या डोक्यातदेखील हे राज्य ब्राह्मणी असल्याची कल्पना शिरली होती.

याचा परिणाम म्हणून उत्तर पेशवाईच्या काळात ब्राह्मणांच्या वर्चस्वाने डोके वर काढले. धर्मशास्त्रातील नियम प्रबळ ठरू लागले. न्या. रानडे यांनी पेशव्यांच्या रोजनिशांच्या आधारे, या काळात ब्राह्मणांना कसे झुकते माप मिळू लागले होते, याचे विवेचन केले आहे. आचारविचारात ब्राह्मणांशी बरोबरी करू पाहणाऱ्या कायस्थ प्रभू, दैवज्ञ सोनार, सारस्वत यांच्याकडे तुच्छतेने पाहिले जाऊ लागले. थोडक्यात सांगायचे म्हणजे समता आणि बंधुता यांना तिलांजली मिळून राज्याचा सामाजिक पायाच उखडल्यासारखा झाला. मराठ्यांच्या राज्याची इमारत १८१८मध्ये कोसळली, तरी तिचा पाया भुसभुशीत व्हायची प्रक्रिया थोरल्या माधवरावांच्या मृत्यूपासूनच सुरू झाली होती.

धर्माच्या आणि ज्ञानाच्या क्षेत्रातील ब्राह्मणवर्गाची सत्ता ही तर जातिव्यवस्थेचीच एक आनुषंगिक निष्पत्ती होती. पेशवाईच्या काळात महाराष्ट्रातील चित्पावन ब्राह्मणांच्या हातात राजसत्ता आणि अनुषंगाने अर्थसत्ता आल्याने सत्तेचे केंद्रीकरण झाले. एवढी केंद्रीभूत सत्ता त्यांना पेलेनाशी झाली. त्याचे अंतिम पर्यवसान म्हणजे १८१८.

मराठी राज्यात झपाट्याने फैलावलेल्या या दुर्गुणांमुळे ते जाणार हे जवळपास निश्चित होते. शिवाय, ज्या शत्रूशी गाठ पडली तो शत्रू आधुनिक शस्त्रांनी आणि मुख्य म्हणजे शास्त्रांनी सज्ज होता. अशा शत्रूशी अंगभूत सद्गुणांच्या बळावर आणखी काही

काळ सामना करता आला असता; पण आता तर सद्गुणही लोपले होते. त्यामुळे या राज्याचा विनाश होणे ही एक ऐतिहासिक अपरिहार्यता बनली.

१८१८मध्ये ब्रिटिशांचे राज्य आले; पण निदान पुण्यापुरते तरी राजकीय सत्तेचा सुंभ जळूनही धार्मिक आणि ज्ञानात्मक पीळ मात्र तसेच राहिले!

मुंबई शहराची गोष्ट वेगळी होती. ते पहिल्यापासूनच इंग्रजी सत्तेचे एक केंद्र होते. तेथे कर्मठ सनातन्यांच्या हट्टांना आणि आग्रहांना स्थान नव्हते. त्यामुळे त्याचा विकास सरळ रेषेत झाला. तेथे ब्राह्मणांच्या बरोबरीने; प्रसंगी अधिक मात्रेतसुद्धा इतर जाती पुढे येऊ शकल्या.

जोतीराव फुल्यांचा जन्म पुण्यातला, १८२७ सालचा; म्हणजे पेशवाई बुडाल्यानंतरच्या पहिल्याच दशकाच्या शेवटच्या वर्षातला. खरे तर पुण्यात त्यांच्या कार्यासाठी सर्व प्रकारची प्रतिकूलताच होती; पण त्यामुळेच बहुधा त्यांच्या कर्तृत्वाला आव्हान मिळून ते झळाळून गेले. ते मुंबईत जन्मले वाढले असते तर त्यांनी कदाचित आणखी दहापाच शाळा काढल्या असत्या; पण पुण्यातील ब्राह्मणी वर्चस्वाचा अनुभव वाट्याला न आल्याने ते चौकटीतले सुधारक ठरले असते. येथे रात्रंदिवस युद्धाचाच प्रसंग पडल्यामुळे त्यांना बंडखोर बनल्याशिवाय पर्यायच उरला नाही.

फुल्यांचे कर्तृत्व बहरायला सुरुवात त्यांच्या विशी-पंचविशीत म्हणजे १८५०च्या दरम्यान झाली असे म्हणता येते. तोपर्यंत पुण्यातील लोक गेलेल्या राज्यवैभवाच्या आठवणींवरच जगत असावेत. जग बदलले आहे हे जणू त्यांच्या गावीही नव्हते. इंग्रज सरकारने व मिशनऱ्यांनी शाळा काढून आधुनिक शिक्षण द्यायचा उपक्रम सुरू केला होता; पण या शाळांत ब्राह्मणेतर जातींच्या विद्यार्थ्यांना शिकवावे लागण्याचा अधर्म करावा लागतो म्हणून राजीनामे देणारे ब्राह्मण शिक्षक निघाले.

लोकहितवादी

अपवादाने नियम सिद्ध होतात असा लोकसमज आहे आणि जितका अपवाद ठसठशीत तितकाच नियमही पक्का. पुण्यातील या कर्मठ वातावरणाला छेद देणारा एक ब्राह्मण पुण्यातच निपजला. तोही पेशव्यांच्या राज्ययंत्राशी जवळून संबंध असलेल्या एका सरदार घराण्यात. त्याचे नाव गोपाळ हरी देशमुख. गोपाळ हरींनी मुंबईच्या *प्रभाकर* या पत्रातून 'शतपत्रे' लिहिली, ती 'लोकहितवादी' या टोपण नावाने. या शतपत्रांनी ब्राह्मणांच्या धर्माच्या व ज्ञानाच्या पिळाचा नक्षा उतरवला असे म्हणायला हरकत नसावी.

गोपाळ हरी देशमुख स्वतः ब्रह्मकुलोत्पन्न असल्यामुळे त्यांना ब्राह्मणांच्या आचारविचारांची, समजुतींची व इच्छाआकांक्षाची पूर्ण जाणीव होती. शिवाय, त्यांचे पूर्वज

पेशव्यांच्या दरबारातील महत्त्वाचे मानकरी असल्यामुळे त्यांना पेशवाईच्या अंतरंगकथा, कुटुंबात चालत आलेल्या परंपरांमधून चांगल्याच ठाऊकही होत्या.

लोकहितवादींच्या काळात इंग्रजी शिक्षणाची सोय फारशी नव्हतीच; पण ती कसर त्यांनी स्वप्रयत्नाने भरून काढली व नव्या इंग्रजी राज्ययंत्रणेत जबाबदारीची अधिकारपदे पटकावली. मुळातच जिज्ञासू व चौकस असलेल्या गोपाळरावांना पेशवाई व आंग्लाई यांच्यातील भेद लक्षात यायला वेळ लागला नाही. तसेच हा भेद केवळ लष्करी सामर्थ्याचा नसून, समाजरचनेचा आणि ज्ञानाचा आहे, हेही त्यांच्या लक्षात आले. आपले स्वराज्य का गेले, याचा त्यांनी खूप विचार केला आणि या गमावण्यात ब्राह्मणांच्या कालबाह्य खुळचटपणा, स्वार्थ, आडमुठेपणा व हटवादीपणा इत्यादी दोषांचा वाटा असल्याचे त्यांच्या लक्षात आले. ब्राह्मण धर्मगुरू असल्याने व समाजावर धर्माचा पगडा असल्याने ते शहाणे होत नाहीत तोपर्यंत समाजही तसाच राहील आणि त्यामुळे आपण कायमचे पारतंत्र्यात राहू अशी त्यांची खात्री पटली. त्यामुळे त्यांनी ब्राह्मणांना शहाणे करण्यासाठी त्यांची कानउघाडणी करण्याचा अप्रिय मार्ग पत्करला. तीच ती प्रसिद्ध शतपत्रे. शतपत्रांमुळे दुसरा बाजीराव पेशवा जणू ब्राह्मणांमधील दुर्गुणांचे प्रतीकच बनला. लोकहितवादींमुळे ब्राह्मणांची मर्मस्थाने उघड झाली. त्यांची तुलना करायची झाली तर रावणापासून फुटून रामाच्या पक्षाला मिळालेल्या 'घरभेदी' बिभीषणाशी करावी लागेल. त्यांच्यामुळे जोतीराव फुल्यांचे काम सोपे झाले. फुल्यांच्या एका अखंडामधील ओळीत समग्र लोकहितवादी प्रगट होतात.

आर्याजीची मति अतिअमंगळ। कथिली गोपाळ देशमुखे।।

लोकहितवादींच्या लिखाणाचे महत्त्व जोतीरावांच्या मृत्यूनंतरही अबाधित राहिले. विसाव्या शतकाच्या तिसऱ्या दशकात डॉ. बाबासाहेब आंबेडकरांनी आपल्या *बहिष्कृत भारत* या पत्रातून लोकहितवादींच्या शतपत्रांचे पुनर्मुद्रण सुरू केले होते ही एकच गोष्ट हे त्यांचे महत्त्व सिद्ध करण्यास पुरेशी आहे.

येथे याचीही नोंद करायला हरकत नाही, की अलीकडील काळात दुसऱ्या बाजीरावाचे उदात्तीकरण सिद्ध झालेले कादंबरीकार ना.सं. इनामदार यांनी आपल्या *मंत्रावेगळा* या कादंबरीत लोकहितवादींची अनाठायी निंदा केली आहे; पण ती त्यांची गरज म्हणून समजून घेता येते.

पुण्यातील लोकहितवादींचे अस्तित्व हा फुल्यांना अनुकूल घटकांमधील एक होय. ख्रिस्ती मिशनऱ्यांचे विशेषतः स्कॉटिश मिशनच्या शाळेचे अस्तित्व हा दुसरा घटक होय. तरुणपणी कार्यारंभी समविचाराचे मित्र व सहकारी आणि तेही उच्चवर्णीय लाभणे हा तिसरा

घटक आणि सावित्रीबाईंसारखी पतीच्या उद्दिष्टांशी व कार्याशी पूर्ण समरस होणारी पत्नी हा चौथा घटक होय.

जडणघडण

जोतीरावांचे बालपण सर्वसाधारण माळी कुटुंबात जन्मलेल्या मुलाचे जावे तसे गेले. ते बुद्धिमान, हाडापेराने मजबूत व दिसायला देखणे होते. पूर्ववयात तत्कालीन प्रसिद्ध वस्ताद लहुजी राऊत यांच्या आखाड्यात कसरत केल्यामुळे त्यांचे व्यक्तिमत्त्व अधिकच प्रभावी बनले.

जोतीरावांना मिळालेल्या शिक्षणाचा त्यांच्या जडणघडणीत मोठा वाटा आहे. त्यांचे वडील गोविंदराव यांची आर्थिक परिस्थिती पिढीजातपणे चांगली म्हणता येईल अशी होती. त्यांच्या घराण्यात पेशव्यांना फुले वगैरे पुरवण्याचे काम होते. त्यांनी जोतीरावांना शाळेतही घातले होते; परंतु एका परिचित ब्राह्मणाने मोडता घालून नाउमेद केल्यामुळे त्यांनी जोतीरावांचे नाव शाळेतून काढून टाकले. तथापि शेजारी राहणारे मुन्शी गफूर बेग, लेजिटसाहेब यांच्या सल्ल्यावरून जोतीराव स्कॉटिश मिशनऱ्यांच्या शाळेत जाऊ लागले. पुण्यात त्या वेळी रेव्ह. मरे मिचेल आदींचे मोठे प्रस्थ असे. शाळेच्या माध्यमातून त्यांना इंग्रजी भाषेचे ज्ञान झाले. अनेक पुस्तके वाचायला मिळाली. युरोप व अमेरिकन खंडांमध्ये काय चालले आहे हे अवगत झाले. विशेष म्हणजे पुराणसंग्रहाच्या पलीकडे नेणारे इतिहासाचे ग्रंथ त्यांनी वाचले. ख्रिस्ती मिशनऱ्यांनी चालवलेली हिंदू धर्माची कठोर समीक्षा त्यांनी समजून घेतली.

विशेषत: ख्रिस्ती आणि इस्लाम धर्मांचीही माहिती त्यांना झाली. जोतीरावांच्या शालेय जीवनात त्यांना लाभलेले मित्रच त्यांचे प्रारंभिक काळातील सहकारी बनले. सदाशिव बल्लाळ गोवंडे, मोरो विठ्ठल वाळवेकर आणि सखाराम यशवंत परांजपे हे ते मित्र होते. विशेष म्हणजे त्यांचे हे तिन्ही स्नेही उच्चवर्णीय होते.

लोकमान्य टिळक डेक्कन कॉलेजात शिकत असताना जे घडले तसेच काही जोतीरावांच्या संदर्भात अगोदर घडलेले दिसते. टिळक आणि त्यांच्या सहाध्यायींमध्ये देशाची सद्य:स्थिती आणि ती सुधारण्यासाठी काय करावे, याचा सदासर्वदा खल चाले. संभाव्य योजनांची चर्चा होई. या सहाध्यायांमध्ये महत्त्वाचे होते गोपाळराव आगरकर. टिळक आणि आगरकर यांच्यातील देशाच्या राजकीय, सामाजिक स्थितीबद्दलची चर्चा प्रसंगी कडाक्याच्या वादाचे स्वरूप धारण करी; पण शेवटी ही सर्व तरुण मंडळी एका निष्कर्षापर्यंत एकमताने पोहोचली. तो म्हणजे शिक्षणसंस्था काढून शिक्षणाचा प्रसार करायचा. त्यातूनच पुढे न्यू इंग्लिश स्कूल व डेक्कन एज्युकेशन सोसायटी यांचा उगम झाला.

असाच काहीसा प्रकार जोतीराव आणि त्यांच्या शाळासोबत्यांच्या बाबतीत घडलेला दिसतो. या मित्रांमधील चर्चेचा तपशील उपलब्ध नाही; परंतु शिक्षणक्षेत्रात काम करण्यावर त्यांच्यात मतैक्य झाल्याचे दिसून येते.

मात्र, या ठिकाणी त्यांच्यातील फरकाचीही नोंद करायला हवी. टिळक-आगरकर प्रभृतींचे ज्या प्रकारच्या शिक्षणाबाबत एकमत होऊन त्यांनी त्याचे कार्य हाती घेतले, त्यापेक्षा जोतीराव प्रभृतींचे शैक्षणिक विचार व कार्य वेगळ्या प्रकारचे होते. टिळकांचा विद्यार्थिवर्ग हा अभिजन म्हणता येईल अशा उच्च वर्णातील होता. त्यांना अभिप्रेत असलेले शिक्षण विद्यार्थ्यांमध्ये राष्ट्रीय विचारांचा प्रादुर्भाव करणारे होते. त्यामुळेच या मंडळींचे विष्णुशास्त्री चिपळूणकरांशी सूत जुळले.

जोतीराव आणि सहकाऱ्यांपुढील लक्ष्य विद्यार्थिवर्ग समाजातील अस्पृश्य मानल्या जाणाऱ्या उपेक्षित समूहातील मुलांचा आणि तितक्याच उपेक्षित मुलींचा होता. या अतिशूद्र अस्पृश्यांमध्ये सवर्ण, परंतु शोषित-पीडित शूद्रांचाही समावेश करायला हरकत नव्हती. समास करून सांगायचे झाल्यास हा स्त्रीशूद्रातिशूद्रांचा वर्ग होता.

टिळक-आगरकरांच्या चरित्रात या मित्रामित्रांमध्ये काय चर्चा चाले, याचे तपशील उपलब्ध होतात, तसे जोतीराव आणि त्यांच्या मित्रांच्या बाबतीत होत नसले तरी त्यांच्याही मनात सुरुवातीला परक्या इंग्रजांना हाकलून देऊन स्वराज्य मिळवावे, असा विचार अगोदर चालत होता. हे उद्दिष्ट गाठण्याचे सामर्थ्य प्राप्त करण्यासाठी त्यांनी लहुजी वस्तादांकडे कसरत केली होती. कुस्ती, दांडपट्टा व गोळीबारी शिकून घेतली होती. स्वत: जोतीरावांनीही तसे सांगितले असल्याने त्यावर शंका घ्यायचे कारण नाही. पण, दरम्यानच्या काळात इंग्रजांच्या सामर्थ्याची कल्पना आल्याने हा विचार अव्यवहार्य असल्याचे लक्षात आल्याने त्यांनी तो सोडून दिला. अर्थात त्यामागे एक सकारात्मकताही होती. सदाशिवराव गोवंडे यांच्या नातवाने लिहिलेल्या चरित्रातील हकिगतीनुसार –

> धर्मातील हुकूमशाही नष्ट करून त्याला साधेपणा आणावा, स्त्रियांची उन्नती करण्यासाठी स्त्री-शिक्षणाला प्रारंभ करावा, अस्पृश्य, लोक अत्यंत हीन परिस्थितीत आयुष्य कंठीत असतात, तेव्हा त्यांनाही थोडे शिक्षण देऊन त्यांच्यात सुधारणा करावी, असे सदाशिवराव आणि त्यांचे तीन जिवलग मित्र यांनी ठरवले. या तीन जिवलग मित्रांची नावे जोतीबा फुले, सखाराम यशवंत परांजपे आणि मोरो विठ्ठल वाळवेकर अशी होती.

या उताऱ्यातील धर्माचा उल्लेख महत्त्वाचा आहे. हे मित्रचतुष्टय मिशनऱ्यांच्या शाळेत एकीकडे हिंदू धर्मातील दोषांबरोबर दुसरीकडे ख्रिस्ती धर्माचे गुणगान ऐकत

असल्यामुळे त्यांच्या मनात हिंदू धर्माचा त्याग करून ख्रिस्ती धर्माचा अंगीकार करावा, असा विचार येणे स्वाभाविकच होते. तथापि थोड्याच काळात हिंदू धर्माप्रमाणे ख्रिस्ती धर्म आणि कोणताच धर्म दोषांपासून पूर्णत: अलिप्त नसल्याचे त्यांच्या लक्षात आल्याशिवाय राहिले नाही. हा तौलनिक धर्माभ्यासाचा परिणाम होता.

या सर्व प्रक्रियेत आणखी एक घटक निर्णायक महत्त्वाचा ठरला. तो म्हणजे प्रसिद्ध बंडखोर अमेरिकन विचारवंत थॉमस पेन (टॉम पेन) यांच्या पुस्तकाचे वाचन. या पुस्तकामध्ये *दि राइट्स ऑफ मॅन* या पुस्तकाचा विशेष उल्लेख करावा लागतो.

पुस्तकाचे नावच पुरेसे स्पष्ट आहे. फुले यांच्या एकूणच विचारांचे सार सांगू शकणारा एकच शब्द जर कोणता असेल तर तो मानवाधिकार. मानवाचे मूलभूत जन्मसिद्ध अधिकार किंवा हक्क हाच पेनच्या पुस्तकाचा मुख्य विषय आहे. अगदी थोडक्यात सांगायचे झाल्यास ज्याला आज आपण संयुक्त संस्थाने किंवा अमेरिका म्हणतो, तो देश पूर्वी ब्रिटिशांची वसाहत होता. मात्र, ब्रिटिश लोक बरोबरीची वागणूक देत नाहीत, समान हक्क देत नाहीत म्हणून ब्रिटिश सत्तेविरुद्ध बंड करून तो स्वतंत्र झाला. या प्रक्रियेत थॉमस पेनचे मोठे योगदान होते. त्याने मानवजातीच्या जन्मजात स्वातंत्र्याचे व समान हक्कांचे तात्त्विक समर्थन बुद्धिवादी पद्धतीने केले. मानवाचे हक्क काही सरकारने किंवा संसदेने त्याला मेहेरबानी म्हणून बहाल केलेले नसतात. तो मानव म्हणून जन्माला आला आहे एवढी एकच वस्तुस्थिती त्याला ते हक्क भोगण्यास व त्यांच्यावर दावा करण्यास समर्थ करते, असे पेनच्या *दि राइट्स ऑफ मॅन*चे प्रतिपादन होते.

फुल्यांची सामाजिक, राजकीय विचारसरणी घडवण्यास थॉमस पेनचे लेखन त्याचप्रमाणे अमेरिका आणि फ्रान्स येथील राज्यक्रांत्या कारणीभूत आहेत. अमेरिकन क्रांतीचा नायक जॉर्ज वॉशिंग्टनचे चरित्र हेही उपरोक्त मित्रांचे आवडते पुस्तक होते.

अर्थात पेनचा प्रभाव एवढ्यापुरताच मर्यादित नाही. पेनचे धर्मासंबंधीचे विचारही फुल्यांना प्रभावित करून गेले. पेन बुद्धिवादी असल्याने त्याने ख्रिस्ती धर्माचे पुनर्वाचन केले असे म्हटले तरी चालण्यासारखे आहे. बायबलमधील बुद्धीला न पटणाऱ्या गोष्टी त्याने नाकारल्या. त्या काळात ख्रिस्ती धर्माच्या तत्त्वांचा अन्वयार्थ न्यूटनप्रणीत विज्ञानाशी सुसंगत ठरेल असा लावणारा एक पंथ निघाला होता. त्याचे नाव डेइझम (Deism). ईश्वराने विश्व निर्माण केले यावर डेइस्टांची श्रद्धा होती. तथापि त्याने ते एकदा निर्माण केल्यानंतर तो त्याच्यात हस्तक्षेप करत नाही. ते विश्व त्याच्या (म्हणजे विज्ञानाच्या) नियमांनी चालते.

डेइझमची ही भूमिका रूढ ख्रिस्ती 'थेइझम'च्या भूमिकेपेक्षा वेगळी आहे. डेइझमला अभिप्रेत असलेला ईश्वर हा विश्वाचा निर्माता आहे. या भूमिकेला अनुसरूनच जोतीरावांनी 'निर्मिक' ही संकल्पना रूढ केली.

निर्मिकाच्या संकल्पनेला फुल्यांच्या विचारात सामाजिक व राजकीयदृष्ट्याही महत्त्व आहे. त्यांनी आयुष्यभर ज्या मानवी हक्कांचा पाठपुरावा केला, त्यांचे समर्थन निर्मिकाच्या धार्मिक संकल्पनेच्या आधारे करता येते. पृथ्वीवरील सर्व स्त्री-पुरुषांचा निर्माणकर्ता एकच आहे. त्यामुळे त्या सर्वांना सारखेच अधिकार आहेत. त्यांचा भंग करणे म्हणजे ते हिरावून घेणे हा अधर्म ठरतो.

थॉमस पेनने विशेषत: ख्रिस्ती धर्माची व धर्मग्रंथांची जी बुद्धिवादी चिकित्सा केली, तिचाही जोतीरावांवर प्रभाव होता. ही चिकित्सा पेनच्या *दि एज ऑफ रिझन* या पुस्तकात आढळते. पेनच्या धर्तीवर त्यांनी हिंदू धर्माची चिकित्सा केली एवढे सांगणे पुरेसे आहे.

येथे आणखी एका बाबीची नोंद करणे गरजेचे आहे. ब्रिटिशांचा म्हणजे कंपनी सरकारचा ख्रिस्ती धर्मप्रसाराकडे पाहण्याचा दृष्टिकोण सुरुवातीच्या काळात नकारात्मक होता. हिंदू, मुसलमान, पारशी अशा स्थानिक धर्मांवर मिशनरी कठोर टीका करतात, त्यामुळे स्थानिक प्रजाजनांमध्ये असंतोष पसरेल व त्यातून ते सरकारविरुद्ध बंडही करतील, अशी भीती सत्ताधाऱ्यांच्या मनात होती. म्हणून त्यांनी मिशनऱ्यांना आपल्या राज्यात प्रवेश करायलाही बंदी घातली होती. पुढे इंग्लंडमधील ख्रिस्ती धर्माच्या पक्षपात्यांनी संसदेत ठराव वगैरे करून कंपनी सरकारवर दबाव आणला. भारतासारख्या वासाहतिक देशातील लोक मागासलेले, अर्धरानटी व असंस्कृत आहेत. त्यांना सुधारून सुसंस्कृत करण्यासाठी ख्रिस्ती धर्माची दीक्षा देणे आवश्यक आहे, असा धोशा त्यांनी लावला व मिशनऱ्यांच्या धर्मप्रसारासाठी सरकारी पातळीवरच संमती मिळवली. स्वाभाविकपणे सरकारही ख्रिस्ती धर्मास अनुकूल असल्याचा समज एतद्देशीयांमध्ये पसरला.

दरम्यान, हिंदू धर्मातूनही ख्रिस्ती धर्माच्या संदर्भात प्रतिक्रिया उमटू लागल्या होत्या. फुल्यांच्या वर्तुळातील बाबा पद्मनजी आदींनी रीतसर धर्मांतरच केले. दुसरीकडे मुंबईसारख्या राजधानीच्या ठिकाणी विष्णुबोवा ब्रह्मचारींसारखे हिंदू पंडित ख्रिस्ती प्रसारकांशी त्यांच्याच पद्धतीने वादविवाद करून हिंदू धर्माची बाजू लढवू लागले.

दरम्यान, ख्रिस्ती धर्म स्वीकारणे वा हिंदू धर्मातील प्रत्येक श्रद्धेचे व आचाराचे आंधळेपणाने समर्थन करून त्यांना चिकटून राहणे या दोन्ही टोकाच्या प्रतिक्रिया टाळून हिंदू धर्मासह सर्वच धर्मांचा तौलनिक अभ्यास व समीक्षा करून हिंदू धर्माचीच सुधारणा करावी, असे वाटणाऱ्या नवसुशिक्षितांचा वर्ग उदयास आला होता. त्याची सुरुवात 'दर्पण'कार आचार्य बाळशास्त्री जांभेकर यांनी केली असली तरी त्याला मूर्त स्वरूप प्राप्त झाले ते जांभेकरांचे पट्टशिष्य दादोबा पांडुरंग तर्खडकर यांच्या हातून. दादोबांनी मराठीचे व्याकरण रचले असल्यामुळे 'मराठीचे पाणिनी' अशा गौरवपूर्ण शब्दांत त्यांची बोळवण करण्याची प्रथा महाराष्ट्रात पडली आहे; परंतु दादोबा पांडुरंग हे महाराष्ट्रातील धर्मसुधारणांचे

जनक होते आणि तेव्हाची समाजरचनाच धर्माधिष्ठित असल्यामुळे धर्मसुधारणा हा समाजसुधारणेचा पाया होता हे लक्षात घेतले म्हणजे दादोबांच्या कार्याचे महत्त्वही लक्षात येईल.

दादोबांसारख्यांची कितीही इच्छा असली तरी धर्मचर्चा आणि धार्मिक क्षेत्रात काही कमी-जास्त करण्याचा अधिकार ही खास ब्राह्मणांची मक्तेदारी होती. दादोबा पडले वैश्य, म्हणजे अब्राह्मण. त्यांना श्रुतिस्मृतिप्रणीत धर्मात ढवळाढवळ कोण करू देणार? मग त्यांनी एक वेगळाच पर्याय काढला, तो म्हणजे नवा धर्मपंथ काढणे. असे केले तर एकीकडे ख्रिस्ती धर्म स्वीकारायची आवश्यकता राहत नाही आणि दुसरीकडे हिंदू असल्याचा दावा न सोडता नव्या धर्मपंथाच्या माध्यमातून धर्मसुधारणा करता येते.

धर्माच्या क्षेत्रात दादोबांनी अनेक प्रयोग केले. बंगालमधील राजा राममोहन रॉय यांनी काढलेल्या ब्राह्मो समाजाचे उदाहरण त्यांच्यापुढे होतेच. त्यांनी आधी मानवधर्म सभा नावाचा पंथ काढला. त्याचा फारसा प्रभाव पडला नाही. मग त्यांनी परमहंस सभा काढली. सभेने मात्र महाराष्ट्रात इतिहास घडवला.

दादोबांच्या परमहंस सभेत जातिभेदाला थारा नव्हता. तो एकेश्वरी पंथ असून, त्याला मूर्तिपूजा मान्य नव्हती. तसेच, ईश्वर आणि त्याचा भक्त यांच्यामध्ये ब्राह्मणासारख्या मध्यस्थ पुरोहिताचीही गरज नव्हती.

दादोबांचा हा पंथ मुंबईत गुप्तपणे कार्यरत होता. पंथाचे अनुयायी आठवड्यातील विशिष्ट दिवशी एकत्र जमून प्रार्थना करत. आपल्या धर्माला जातिभेद मान्य नाही हे दाखवण्यासाठी पोर्तुगीज बेकरीतून आणलेला पाव ते एकत्रितपणे भक्षण करत.

दादोबा चांगले शिक्षक होते. शिक्षण खात्यात वरिष्ठ अधिकारपदावर होते. आपल्या शिष्यांना या नवीन पंथाची दीक्षा देऊन मुंबई इलाख्यातील महत्त्वाच्या शहरांत नोकऱ्या देऊन तेथे पाठवणे त्यांना शक्य होते. हे शिष्य त्या शहरांमध्ये परमहंस धर्माचा प्रचार करत.

योगायोगाने केशव शिवराम भवाळकर नावाचे दादोबांचे शिष्य पुण्यातील शाळेत रुजू झाले. त्यांच्याशी जोतीरावांचा परिचय झाला. जोतीरावांना परमहंस सभेच्या तत्त्वज्ञानाची ओळख बहुधा भवाळकरांमार्फत झाली असल्याची शक्यता आहे. अर्थात स्वतः दादोबाही उच्च दर्जाचे अधिकारी असल्याने त्यांचे पुण्यात येणे-जाणे असणार हे उघड आहे.

दादोबांच्या परमहंस सभेतील इतर मंडळींशीही जोतीरावांचा जवळून संबंध आला. आपली पहिलीच (प्रकाशित) कृती *छत्रपती शिवाजी राजे भोसले* यांचा पवाडा जोतीरावांनी परमहंस सभेचे अध्यक्ष राम बाळकृष्ण (जयकर/राणे) यांना अर्पण केली आहे. वासुदेव

बाबाजी नवरंगे आणि मुख्य म्हणजे तुकारामतात्या पडवळ हे परमहंसही जोतीरावांचे स्नेहीसहकारी झाले. तुकारामतात्या हे मोठे लेखक प्रकाशक होते. त्यांनी तुकारामांच्या अभंगांच्या आठ हजार अभंगांची गाथा प्रकाशित केली. शिवाय इतर सर्व संतांचे अभंग प्रकाशित केले. जोतीराव त्यांच्यासमवेत देहू गावी जात असल्याची नोंद आहे.

नवरंगे आणि फुले यांचे व्यावसायिक संबंधही जुळून आले. नवरंग्यांचा मुशी बनवण्याचा व्यवसाय होता. त्यांच्या या उत्पादनाची एजन्सी जोतीरावांकडे होती.

तुकारामतात्यांचा संतसाहित्याचा व हिंदू धर्माचा चांगला अभ्यास होता. त्यांनी हिंदू धर्मातील जातिव्यवस्थेवर टीका करणारे *जातिभेद विवेक सार* हे पुस्तक लिहिले. ते नवरंगे यांनी प्रकाशित केले. जोतीरावांनी आपल्या दुकानात ते विक्रीसाठी ठेवले होते.

पडवळांच्या पुस्तकाने सनातन्यांच्या कंपूत चांगलीच खळबळ माजली. त्याची पूर्वकल्पना असल्यानेच की काय पडवळांनी हे पुस्तक 'एक हिंदु' अशा टोपणनावाने छापण्याची खबरदारी घेतली होती. त्याची पहिली आवृत्ती संपली तेव्हा प्रकाशक नवरंगे व्यावसायिक कारणासाठी परदेशी गेले होते. पुस्तकाचे महत्त्व व मागणी लक्षात घेऊन जोतीरावांनी दुसरी आवृत्ती स्वतःच्याच नावाने प्रकाशित केली.

अर्थात, ही थोडी नंतरची घटना आहे. भवाळकर पुण्यात आले तेव्हा जोतीराव व त्यांच्या सहकाऱ्यांचे मुलींसाठी शाळा काढण्याचे घाटत होते. शाळेसाठी स्त्रीशिक्षिका मिळत नव्हती, तेव्हा सावित्रीबाईंनी ते काम पत्करावे अशी कल्पना निघाली; पण तोपर्यंत सावित्रीबाईच अशिक्षित होत्या. त्यांना शिकवण्याचे काम स्वतः जोतीराव, भवाळकर आणि परांजपे यांनी केले. यावरून जोतीरावांची या कामातील गुंतवणूक दिसून येते.

भवाळकरांचा फुलेचरित्राशी आणखी एक घटनेमुळे संबंध पोहोचतो. जोतीराव शाळा वगैरे काढत असताना लोकहितवादींनी 'शतपत्रां'मधून पारंपरिक धर्मावर हल्ले चढवल्याने ब्राह्मणांमध्ये अस्वस्थता पसरली होतीच. लोकहितवादींनी भवाळकरांना हाताशी धरून आणखी एक खळबळजनक उपक्रम हाती घेतला.

सातारच्या शाहू महाराजांपासून विद्वान ब्राह्मणांना श्रावण महिन्यात दक्षिणा देऊन त्यांची संभावना करण्याची प्रथा होती. ती शाहूराजांचे सेनापती तळेगावकर दाभाडे यांनी चालवली. पुढे ती पेशव्यांनी उचलली. पुढे उत्तरपेशवाईत विद्वत्ता वगैरे न पाहता येईल त्या ब्राह्मणाला दक्षिणा देण्यात येऊ लागली. दुसऱ्या बाजीरावाच्या कारकिर्दीत तर या प्रकाराचा अतिरेक झाला. हिंदुस्थानच्या कानाकोपऱ्यातून दक्षिणेसाठी गर्दी लोटू लागली. याचा परिणाम राज्याच्या खजिन्यावर झाल्याशिवाय राहिला नाही.

ब्रिटिशांनी पेशवाई खालसा करून बाजीरावाला पूर्णवेळ स्नानसंध्या करण्यासाठी ब्रह्मावर्तास रवाना केले; पण पेशवाईतील सर्वच रूढींना हात लावण्याचे त्यांचेही धैर्य

होईना. ब्राह्मणांचा रोष ओढवू नये म्हणून त्यांनी ब्राह्मणांच्या दक्षिणेची प्रथा चालूच ठेवली.

लोकहितवादींचा अशा प्रकारच्या दानदक्षिणेतून होणाऱ्या द्रव्याच्या दुरुपयोगाला तीव्र विरोध होता. दक्षिणेच्या निधीचा सदुपयोग व्हावा यासाठी तो पैसा दक्षिणेऐवजी पुस्तकांच्या प्रकाशनात, पुरस्कारात वगैरे खर्च झाला तर योग्य होईल, अशा हेतूने त्यांनी सरकारकडे तसा अर्ज केला. या अर्जावरील एक मुख्य सही भवाळकरांची होती.

ही खबर पुण्यातील ब्रह्मवृंदाला लागताच तो चवताळून उठला. ब्राह्मणांनी लोकहितवादी, भवाळकर प्रभृतींच्या विरोधात ग्रामण्य करून त्यांना बहिष्कृत करण्याचा घाट घातला. प्रसंग बाका होता, अशा वेळी जोतीराव पुढे सरसावले आणि त्या अर्जाचे कर्तृत्व स्वतःकडे घेऊन त्यांनी लोकहितवादी, भवाळकरादिकांचा बचाव केला. फुले काही सरकारी अंमलदार वगैरे नव्हते. तथापि त्यांच्याकडे लहुजींच्या आखाड्यातील तरुणांचे बळ होते. त्याचा प्रतिकार करण्याची क्षमता नसल्याकारणाने ब्रह्मवृंदाला गप्प बसावे लागले. शेवटी लोकहितवादींना हवी तशी दक्षिणा फंड, दक्षिणा प्राइज कमिटी यांची निर्मिती सरकारला करावी लागली व पैशाचा अपव्यय थांबला.

शैक्षणिक कार्य

वर उल्लेख केल्याप्रमाणे जोतीरावांनी आपल्या कार्याची सुरुवात समाजातील उपेक्षित दुर्बल व दबल्या-दडपलेल्यांना शिक्षण देण्यासाठी शाळा काढून करायचे ठरवले. याची प्रेरणा त्यांना अहमदनगर येथील श्रीमती फेरॉर यांनी मिशनमार्फत चालवलेली मुलींची शाळा पाहून मिळाली, असेही सांगितले जाते.

१८५१ साली बुधवार पेठेतील भिडे यांच्या वाड्यात जोतीरावांची मुलींची शाळा सुरू झाली. हिंदुस्थानमधील ती पहिली शाळा होय. या उपक्रमात त्यांचे ब्राह्मण सहकारी त्यांच्यासमवेत होते. पुढे अण्णासाहेब चिपळूणकर यांच्या वाड्यात व रास्ता पेठेतही अशा शाळा काढल्या. त्यांच्या कार्याची दखल सहकारी पातळीवर घेतली गेली. १८५२च्या नोव्हेंबर महिन्यात मेजर कँडी यांच्या अध्यक्षतेखाली जोतीरावांचा शालजोडी देऊन सत्कार करण्यात आला.

पण, याचा अर्थ जोतीरावांच्या मार्गावर गुलाबाची फुले पसरली गेली होती, असा मात्र नाही. जोतीरावांचे उद्योग धर्माला बट्टा लावणारे आहेत, अशी कागाळी गोविंदरावांकडे सनातनी ब्राह्मणांनी केली. भाऊबंदांनाही हा प्रकार मान्य नव्हताच. गोविंदराव चारचौघा हिंदूंप्रमाणे सरळ मार्गाने चालणारे धर्मभीरू गृहस्थ होते. त्यांनी जोतीरावांना हे उद्योग बंद करण्याचा इशारा दिला. न ऐकले तर घराबाहेर जावे लागेल, असेही सांगितले. जोतीरावांनी दुसरा पर्याय पत्करला आणि सावित्रीबाईंसह गृहत्याग केला.

घराबाहेरचे जगणे सुखकारक होते अशातलाही भाग नाही. सावित्रीबाई शाळेत जायला निघत तेव्हा सनातनी गुंड त्यांच्यावर चिखल, शेण फेकत! आणि विशेष म्हणजे सावित्रीबाईंनी हे काम विनावेतन केले!!

फुले दांपत्य या शाळांमध्ये शिक्षकाचे काम करी. त्यानंतरही १८५५मध्ये जोतीरावांनी स्कॉटिश मिशनच्या शाळेत शिकवण्याचे काम केले. फुले पतिपत्नीला दोन प्रहरी भाकरी खाण्यास देखील फुरसत मिळत नसे, अशी माहिती पुण्याचे वर्णन करणारे ना. वि. जोशी देतात.

> "पुढे काही दिवसांनी लोकांच्या मनातील सर्व वेड निघून मुली बिनहरकत शाळेत येऊ लागल्या व शाळा बरीच चालली. १८५४ मध्ये मुलींस काही पोटापुरता पगार, स्कॉलरशिप देऊ लागले. येणे करून तर लोकांस व मुलींस उत्तेजन आले. या सर्व युक्ती व मसलती जोतीराव गोविंद फुले यांनी केल्या म्हणून त्यांचे उपकार सर्व स्त्रीशिक्षणहितेच्छु लोकांनी मानावे," हा जोशींचा अभिप्राय महत्त्वाचा आहे.

मुलींच्या शाळेव्यतिरिक्त मागास अशा महार, मांग आदी जातींच्या मुलांसाठीही जोतीराव आणि मंडळींनी शाळा काढल्या. या सर्व प्रकारात जोतीरावांची नेमकी भूमिका काय होती, हे *ज्ञानोदय* पत्राच्या १५ सप्टेंबर १८५३च्या अंकात वाचायला मिळते. जोतीरावांचे उपलब्ध असणारे हे पहिले जाहीर निवेदन म्हणावे लागेल. जोतीरावांनी हे भाषण शाळेतील विद्यार्थ्यांची जाहीर परीक्षा घेण्यात आली तेव्हा केलेले आहे.

> अतिशूद्रादिकांस विद्या शिकवण्याविषयीची मंडळी, या मंडळींचे पुढारी जोतीराव गोविंद फुले आहेत आणि अलीकडे जेव्हा या शाळेची परीक्षा झाली तेव्हा त्यांनी बोलणे लावले की, महार, मांग, चांभार हे या देशात फार असून, ते नीचावस्थेत आहेत हे पाहून ईश्वराच्या प्रेरणेने माझ्या मनात अशी इच्छा उत्पन्न झाली की अश्यास सुशिक्षित करण्यासाठी काही तरी उपाय योजावा. प्रथम मनात आले की, आईच्या योगाने मुलांची जी सुधारणा होती ती फारच चांगली आहे. म्हणून त्या लोकांच्या मुलींचीच शाळा पहिल्यांदा काढावी आणि असा विचार करिता मी एका मित्रासह अहमदनगरास जाऊन तेथे अमेरिकन मिशन खात्यातील फारार मडमीच्या कन्याशाळा पाहिल्या आणि पाहून मला मोठा आनंद झाला. कारण की त्या चांगल्या रीतीने चालल्या होत्या. मग मी पुण्यात परत येऊन लागलीच एक मुलींची शाळा घातली व तेथे वाचणे, लिहिणे, गणित, व्याकरण असा अभ्यास चालविला; परंतु

अतिशूद्रांस शिकवण्यामुळे आमच्या जातवाल्यांना फार वाईट वाटले व प्रत्यक्ष माझ्या बापानेदेखील मला घरातून घालविले. तेव्हा निरुपायी होऊन आपल्या रक्षणाबद्दल काही काम केले पाहिजे असे प्राप्त झाले आणि शाळाही बंद पडली. नंतर काही दिवसांनी आणखी ती चालवावी म्हणून प्रयत्न केला; परंतु ते कठीण पडले. कारण कोणी जागा देईना व बांधायास रुपये नव्हते व लोक आपल्या मुली पाठवायास इच्छिनात; परंतु त्या वेळेस लहुजी बीन राघ राऊत मांग व दत्ताबा म्हार यांनी शिकण्यापासून कसकसे लाभ आहेत हे आपल्या जातवाल्यांना समजाऊन त्यांची खात्री केली व सदाशिव बल्लाळ गोवंडे यांनी शाळेसाठी जागा देऊन काही पाट्या दिल्या व दर महिन्यास दोन रुपये देऊ लागले. त्यामुळे ती शाळा पुनः बरीच चालू लागली आणि मुले फार जमली म्हणून कृपा करुन विष्णुपंत थत्ते यांनी शिकविण्यास मला मदत केली. तरी म्हार लोकांस पाणी पिऊ देईनात. त्यामुळे शाळेच्या मुलांना पाण्याचा खर्च लागे आणि उत्तरोत्तर मुलांची संख्या वाढत चालली त्यामुळे दुसरी जागा घेणे प्राप्त झाले.

या सभेचे अध्यक्ष सदाशिवराव गोवंडे होते. त्यांनी अध्यक्षीय भाषण केल्यानंतर १० सप्टेंबर १८५३ रोजी भरलेल्या या सभेत जोतीरावांनी ईश्वराची प्रार्थना केली व सभा संपली.

पुढे १८८२मध्ये हंटर आयोगाला सादर केलेल्या निवेदनाचा समारोप फुल्यांनी स्त्रीशिक्षणाच्या निकडीवर भर देऊन केलेला आहे. त्यावरून त्यांना या गोष्टीचे किती महत्त्व वाटत होते हे लक्षात येते. फुले लिहितात –

In conclusion, I beg to request the Education Commission to be kind enough to sanction measures for the spread of female primary education on a more liberal scale.

फुल्यांनी हंटर आयोगाला केलेले निवेदन आणखी एक दृष्टीने महत्त्वाचे आहे. शाळेच्या परीक्षेच्या वेळी त्यांनी शैक्षणिक कार्यामागील आपली प्रेरणा व भूमिका स्पष्ट केली होती. आयोगापुढे सादर केलेल्या निवेदनात त्यांनी आपण केलेल्या कार्याचा जणू आढावाच घेतला असल्याने तो महत्त्वाचा आहे.

About 25 Years ago the missionaries had established a female school at Poona but no indigenous school for girls existed at the time. Therefore, I was induced about the year 1851 to establish such a school and in which I and my wife worked together for many years. After some time I placed this school under the management of a committee of educated natives. Under their auspices two more schools were opened in different parts of the town. A year after the institution of the female schools, I also establised an indigenous mixed school for the lower classes, especialy the Maharas and Mangs. Two schools for these classes were subsequently added. Sir Erskine Perry, the president of the late Educational Board and Mr. Lumsdain, the then secretary of the Government, visited the female schools and were much pleased with the movement set on foot and presented me a pair of shawls. I continued to work in them nearly 9 to 10 years, but owing to circumstances, which it is needless here to detail, I seceded from the work. These female schools still exist, having been made over by the committee to the Eductional Department under the management of Mrs. Mitchell. A school for the lower classes, Mahars and Mangas, also exits at the present day, but not in a satisfactory condition. I have also been a teacher for some years in a mission female boarding school.

पुण्यातील हुजुरपागा किंवा महर्षी धोंडो केशव कर्वे यांनी काढलेल्या शाळा सवर्ण जातींच्या मुलींच्यासाठी होत्या हे लक्षात घेतले म्हणजे जोतीरावांच्या कार्याचे महत्त्व लक्षात येईल. फुल्यांच्या शाळेनंतर जवळपास अर्धे शतक उलटून गेल्यावर विठ्ठल रामजी शिंदे आपल्या परित्यक्ता बहिणीला - जनाक्काला घेऊन कर्व्यांकडे प्रवेश मागण्यासाठी गेले; तेव्हा कर्व्यांनी ब्राह्मणेतरांच्या मुलींना प्रवेश द्यायची वेळ अद्याप आलेली नाही, असे म्हणून त्या बहीणभावंडांची बोळवण केली. जोतीरावांच्या या कार्याची दखल इंग्लंडमधील जॉन स्टुअर्ट मिलने घेतल्याचे आढळते; परंतु मिलपासून प्रेरणा घेऊन पुण्यात स्त्रीशिक्षणाचा किल्ला लढवणारे गोपाळ गणेश आगरकर मात्र आपल्या या पूर्वसूरीच्या कामाचा उल्लेखही करताना आढळत नाहीत.

आणखी एक महत्त्वाची बाब म्हणजे ज्याला आपण प्रौढ शिक्षण म्हणतो, त्याच्याकडे लक्ष जाऊन ज्याने ते प्रत्यक्ष सुरू केले, ते म्हणजे जोतीराव फुलेच होते. १८५५मध्ये जोतीरावांनी *तृतीय रत्न* नाटक लिहून दक्षिणा प्राइज कमिटीला सादर केले. त्या नाटकाच्या समारोपात त्यांनी या प्रकारच्या शाळांचा उल्लेख केला आहे. नाटकामधील शूद्र बाईचा नवरा बायकोला म्हणतो –

> म्हणून आपण लवकर जेवण आटोपून आपल्या घरापलीकडील त्या रा. रा. जोतीराव गोविंदराव फुले यांच्या वाड्यात त्यांची स्त्री सावित्रीबाई फुले यांनी उपवर स्त्रियांसाठी रात्रीची जी शाळा घातली आहे, त्या शाळेत तू आजपासून जावें व तेथें रा. रा. जोतीराव फुले यांनी वयस्कर पुरुषांकरिता रात्रीची जी दुसरी शाळा घातलेली आहे तीत आजपासून मी जाणे सुरूं करितो. या दोन्ही शाळांतून ते दोघे उभयतां सर्वांना मोफत शिक्षण देतात.

बाई नवऱ्याच्या सूचनेप्रमाणे शाळेत जायचे मान्य करते. नाटकाचा शेवट फुल्यांनी कसा केला आहे ते पाहा – नंतर बाई व तिचा नवरा असें दोघेंही जेवण आटोपून आणि आपापल्या हातात पाटी घेऊन फुलें यांच्या प्रौढ स्त्री-पुरुषांत साक्षरता प्रसारासाठी काढलेल्या रात्रीच्या शाळांत शिक्षण घेण्यास तिकडे निघून जातात.

फुल्यांच्या हयातीत आणि नंतरही अगदी अलीकडच्या काळापर्यंत *तृतीय रत्न* नाटकाचा रंगमंचीय आविष्कार ऊर्फ प्रयोग झाल्याचे आढळून येत नाही. १९७९पर्यंत हे नाटक प्रकाशित होऊ न शकल्याने तसे अज्ञातच होते. नाटक जोतीरावांनीच लिहिले हे मात्र नि:संशय. स्वत: जोतीरावांनीच या नाटकाचा उल्लेख आपल्या १८७३मध्ये प्रकाशित *गुलामगिरी* या पुस्तकात केला आहे, तो असा –

> भट जोशी आपल्या मतलबी धर्माच्या थापा देऊन अज्ञानी शूद्रास कसकसे फसवून खातात व ख्रिस्ती उपदेशक आपल्या नि:पक्षपाती धर्माच्या आधाराने अज्ञानी शूद्रास खरे ज्ञान सांगून त्यास कसकसे सत्य मार्गावर आणितात या सर्व गोष्टींविषयीचे लहानसे नाटक करून सन १८५५ सालांत दक्षणा प्राइज कमिटीस अर्पण केले.

कमिटीने नाटकाला अनुदान दिले नाही व नाटक मागे पडले. जोतीरावांनीही नंतर ते प्रकाशित करण्यासाठी काही प्रयत्न केल्याचे आढळत नाहीत.

१८५५नंतर जोतीरावांनी शाळा चालवणे व शाळेत शिकवणे थांबवलेले दिसते. त्याची अनेक कारणे संभवतात. एक तर त्यांच्या एकूणच कार्याची व्याप्ती वाढली.

शाळेतील मुलींना मुलांचाच अभ्यासक्रम शिकवावा की वेगळा, हा एक मतभेदाचा मुद्दा होताच. दुसरे असे की शिक्षणकार्यातील त्यांच्या ब्राह्मण सहकाऱ्यांशी त्यांचे केव्हातरी मतभेद होणे क्रमप्राप्त होते. या पुरोगामी ब्राह्मणांनी प्रवाहाच्या विरुद्ध जाऊन आपल्या जातिबांधवांचा रोष पत्करून मुलींच्या आणि मागासलेल्यांच्या शिक्षणास सर्वतोपरी साहाय्य करावे ही गोष्ट खचितच प्रशंसनीय आहे. तथापि, जोतीरावांचे उद्दिष्ट केवळ या उपेक्षितांना सुशिक्षित करणे एवढ्यापुरतेच मर्यादित नव्हते. ते उपेक्षित का राहिले व त्यांना उपेक्षित कोणी ठेवले या प्रश्नांचा छडा लावून त्यांना मुळावरच घाव घालायचा होता. या शोधाच्या प्रक्रियेत त्यांना यात धर्म आणि धर्माचे प्रवक्ते ब्राह्मण जबाबदार असल्याचे आढळून आले आणि त्यामुळे तेच त्यांच्या टीकाप्रहारांचे लक्ष्य ठरले. फुल्यांचे हे पुढचे पाऊल त्यांच्या ब्राह्मण सहकाऱ्यांना रुचावे व पचावे अशी अपेक्षा करणे अवाजवी ठरेल. त्यामुळे ते त्यांचे दुरावणे ही अत्यंत स्वाभाविक घटना मानून त्याबद्दल खेद न करणेच योग्य ठरेल. अर्थात या फारकतीचा परिणाम त्यांनी त्यांच्या वैयक्तिक संबंधावर होऊ दिला नाही हे लक्षणीय म्हणायला हवे. त्यातही मोरो विठ्ठल वाळवेकर यांचा विशेष उल्लेख करायला हवा. जोतीरावांनी लिहिलेल्या *सार्वजनिक सत्यधर्म* पुस्तक छापण्यासाठी वाळवेकरांनी द्रव्यसाहाय्य केले. त्याचा उल्लेख जोतीरावांनी अखंडांमध्ये कृतज्ञतापूर्वक केलेला आहे—

'सार्वजनीक सत्यधर्म' पुरा केला।। त्यास छापण्याला।। द्रव्यतूट।।
जाणूनी ही वार्ता मित्र मोरोपंतें।। नेलें छापण्यातें।। पुस्तक हें।।
मोरो विठ्ठल वाळवेकर धेंड। सहिष्णू अखंड। मुंबापुरी।।
सदसद्विवेकी सुबोधाचा दाता गृहिणीचा पिता।। जोतीमित्र।।

शाळांचे काम चालू असताना वाचन आणि चर्चा यांच्या माध्यमातून जोतीराव आपल्या ज्ञानाच्या व विचाराच्या कक्षा वाढवत होते. चर्चेसाठी अमेरिकन आणि स्कॉटिश मिशनचे मिशनरी आणि परमहंस सभेचे सभासद त्यांना उपलब्ध होते. स्त्रीशिक्षणाच्या आणि अस्पृश्यांच्या उत्थानाच्या क्षेत्रात त्यांनी चालवलेले कार्य पारंपरिक धर्माचे पालन करू पाहणाऱ्या सनातन्यांना खुपू लागणे साहजिकच होते. शिवाय, हे जोतीराव मूकपणे करत नव्हते, तर त्याच्या आड येणाऱ्या धर्मकल्पनांचा आणि त्यांचा प्रचार, प्रसार व समर्थन करणाऱ्या धर्ममार्तंडांचाही यथोचित समाचार घ्यायला ते कचरत नव्हते. त्यामुळे धर्मशत्रू, ब्रह्मद्वेष्टा अशी त्यांची प्रतिमा रंगवणे अवघड नव्हते. या सर्वांचा परिणाम म्हणून १८५६मध्ये त्यांच्यावर मारेकरी घालण्यात आले.

याच काळातील मिशनऱ्यांच्या जवळिकीमुळे जोतीरावांना व त्यांच्या मित्रांना ख्रिस्ती धर्माचे आकर्षण वाटू लागले होते. त्यांच्या डोक्यात धर्मांतराचे विचारही घोळू

लागले होते. तथापि थॉमस पेनच्या पुस्तकांचे वाचन आणि परमहंस सभेच्या विचारांचा उपलब्ध पर्याय यामुळे ते त्या विचारापासून परावृत्त झाले. तरीही जोतीरावांच्या धर्मांतरांच्या वावड्या उठतच राहिल्या. जबाबदार व जाणती माणसेसुद्धा त्यांचा उल्लेख उपहासाने 'रेव्हरंड' असा करत. अगदी १९२५च्या दरम्यान त्यांच्या विरोधात लिहिल्या गेलेल्या एका पुस्तिकेचे नाव होते *सत्यशोधक की ख्रिस्तसेवक?*

जोतीरावांच्या लेखनाची सुरुवात नाट्यलेखनातून झाली. *तृतीय रत्न* हेच ते नाटक त्यानंतर १८६९च्या *छत्रपती शिवाजीराजे भोसले यांचा पवाडा*पर्यंत त्यांनी स्वतंत्र कृती निर्माण केली नसावी. तथापि याच दरम्यान त्यांच्या 'अखंड' लेखनाची सुरुवात झाली असावी आणि अखंडरचना ते अगदी अखेरपर्यंत करत राहिले. त्यांच्या अखंडांसंबंधी विशेष चर्चा करण्याची गरज आहे.

जोतीरावांच्या वैचारिक किंवा गद्य ग्रंथामधील बहुतेक सर्व मुद्दे त्यांच्या अभंगांमधून वा अखंडांमधून स्पर्शिले गेले आहेत. त्यांच्या अनेक गद्य पुस्तकांमध्येही आपला मुद्दा बळकट करण्यासाठी किंवा विशेष मुद्दा मांडण्यासाठी अभंगांचा समावेश केलेला दिसतो. वस्तुतः 'अखंड' हा शब्दप्रयोग ते उत्तरकाळात करताना दिसतात. अगोदरच्या अशा कवितांना त्यांनी 'अभंग' असेच म्हटले आहे.

अखंडरचना

अभंग म्हटले की, संत तुकारामांची कविता नजरेसमोर येते. जुन्या काळातील एक महत्त्वाचे कवी रामचंद्र बडवे यांनी मराठी कवितेसंबंधी लिहिताना 'अभंगवाणी प्रसिद्ध तुकयाची' असे म्हटले आहे ते याच कारणाने. ज्ञानेश्वर-नामदेवांच्या काळापासून वारकरी परंपरेत वापरला गेलेला हा अस्सल देशी छंद तुकोबांच्या हातून पूर्णत्वास गेला. त्यामुळेच आदर्श व म्हणून अनुकरणीय अभंग रचना कोणाची, तर तुकोबांची, असे समजले जाऊ लागले. जोतीरावांनी अभंग व अभंगांच्याच धर्तीवर अखंड लिहिले, याचे कारण महाराष्ट्राच्या वाङ्मयीन पर्यावरणाचा अभंग हा एक महत्त्वाचा घटक बनला होता.

दुसरा मुद्दा फुले ज्या बहुजन समाजात वावरत होते व ज्याला उद्देशून लिहीत बोलत होते, त्याच्यावर वारकरी संप्रदायाचा व तुकोबांचा खूप प्रभाव होता. त्यामुळे त्याच्याशी संवाद साधायचा असेल तर याच म्हणजे वारकऱ्यांच्या भाषेतून करायला हवा हे फुल्यांसारख्या बुद्धिमान नेत्याच्या लक्षात आले नसते तरच आश्चर्य म्हणावे लागले असते. तुकोबा वगळता ज्ञानेश्वरादी ब्राह्मण संतांवर फुल्यांनी टीका केलेली आहे. इतकेच काय, परंतु वारकरी व त्यांचे विठ्ठल दैवत यांच्यावरही ते घसरतात. तथापि शेवटी संवाद त्यांच्याशीच करायचा असल्याने उदाहरणार्थ आदिसत्याची आरती रचताना 'आरती ज्ञानराजा महाकैवल्यतेजा' ही वारकरी संप्रदायात रूढ असलेली राम जनार्दनकृत

आरती समोर ठेवूनच करतात. 'आरती सत्यराजा महाप्रांजळ तेजा.' इतकेच काय, परंतु वारकऱ्यांच्या नित्यनियमाचा भाग असलेला जो ज्ञानेश्वरकृत हरिपाठ, त्याच्याप्रमाणे 'सत्यपाठा'चीही रचना जोतीरावांनी केली आहे. वारकऱ्यांची तीर्थस्थळे असलेल्या देहू-आळंदीला त्यांचे जाणे-येणे असे. एकदा तर नवरंगे, पडवळ यांच्यासमवेत ते तुकाराम बीजेच्या वेळी देहूस गेले असल्याची नोंद त्यांचे सत्यशोधक अनुयायी तुकाराम हनुमंता पिंजण यांनी केली आहे. हे पिंजण देहू संस्थानचे तत्कालीन अधिपती व तुकोबांचे वंशज नारायण सदानंद यांचे मेव्हणे होते. वासुदेवराव नवरंगे व तुकारामतात्या पडवळ हे परमहंस व एकूणच परमहंस मंडळी तुकोबांच्या विचारांनी प्रभावित झालेली होती. या सभेतून निघालेले प्रार्थना समाज व स्वतः जोतीरावांचा सत्यशोधक समाजही तुकोबांना नायक मानणारे होते. तुकारामतात्यांनी तर तुकारामांचे सर्व उपलब्ध अभंग शोधून काढून एक बृहत्गाथाच प्रकाशित केली. इतर संतांचे अभंगही त्यांनी गाथारूपाने छापून प्रसिद्ध केले. त्यांच्या 'जातिभेद विवेक सार' या पुस्तकातील ब्राह्मणांवरील टीका बऱ्याच प्रमाणात संतसाहित्यावर व विशेषतः तुकोबा व त्यांच्या शिष्या बहिणाबाई यांच्या रचनांवर अवलंबून आहे. ब्राह्मण्याची चिकित्सा करणाऱ्या जोतीरावांना तुकोबा आपले पूर्वसूरी वाटले असल्यास विशेष नाही. त्यांनीच पहिल्यांदा शिवाजीकडे शेतकऱ्यांचा राजा व तुकोबांकडे शेतकऱ्यांचा संत या रूपात पाहून त्यांची तशी मांडणीही केली. खरे तर एकोणिसाव्या शतकातील मराठी प्रबोधनावरच तुकोबांचा प्रभाव होता.

व्यक्तींचा उल्लेख करून सांगायचे झाल्यास जोतीरावांच्या अगोदर लोकहितवादींनी ब्राह्मणांवर टीका करताना तुकोबांच्या अभंगांचा आधार घेतला होताच. ख्रिस्ती मिशनरीही तुकोबांच्या विचारांनी प्रभावित झाले होते; पण त्याचबरोबर महाराष्ट्रातील सर्वसामान्य लोकांपर्यंत पोहोचायचे असेल तर तुकोबांचा आधार घ्यायला हवा, हे देखील त्यांच्या लक्षात आले होते. स्वतः जोतीरावांचे निकटवर्ती रेव्ह. मरे मिचेल यांनी तुकोबांप्रमाणे अभंगरचना केली. मिशनऱ्यांना ख्रिस्ती धर्माचा प्रसार करून धर्मांतरे घडवून आणायची होती. त्यामुळे त्यांनी बहुजनांशी जवळीक साधण्याचे उपयुक्त साधन म्हणून तुकोबांकडे पाहिले. मुंबई विद्यापीठाचे कुलगुरू आणि मुंबई राज्याच्या शिक्षण खात्याचे मुख्य सचिव सर अलेक्झांडर ग्रँट यांच्याबाबत मात्र तसे म्हणायची सोय नाही. साहेब मजकुरांनी तुकोबांच्या अभंगांचा अनुवाद केला. तुकोबांचे चरित्र व विचार स्पष्ट करणारा निबंध लिहिला. विलक्षण नैतिक उंची असलेले अभंग रचणारे तुकोबा हे महाराष्ट्राचे राष्ट्रीय कवी असल्याचा निर्वाळा ग्रँटनी दिला.

थोडक्यात, तेव्हाचे वातावरण तुकाराममय झाले होते आणि जोतीरावांना त्यापासून बाजूला किंवा अलिप्त राहण्याचे कारण नव्हते.

जोतीराव तुकोबांच्या भाषेत बोलत असल्यामुळे अनेक पारंपरिक वारकरी घराण्यातील लोक सत्यशोधक समाजाकडे आकृष्ट झाले. विशेषत: खेड, मंचर, ओतूर, जुन्नर या पट्ट्यातील लोकांचा येथे विशेष उल्लेख करायला हवा. तेथील भाऊ कोंडाजी डुंबरे यांच्यासारख्या सत्यशोधकाने कीर्तनपद्धतीच सुरू केली.

स्वत: जोतीरावांनी तुकाराम गाथेची अनेक पारायणे केली असल्याची नोंद पंढरीनाथ पाटलांसारख्याच जुन्या चरित्रकाराने घेतली आहे. जोतीरावांच्या मृत्यूनंतर तुकोबांचे अभंग आणि जोतीरावांचे अखंड यांच्यामधील साम्य लक्षात आलेल्या बडोद्याच्या 'बडोदा वत्सल' या पत्राच्या संपादकांनी 'जोतीबाची गाथा' छापण्याचा सल्ला मृत्युलेखातून दिला आहे. त्यात सारे काही येते.

सुरुवातीच्या काळात आपल्या अभंगांना 'अभंग'च म्हणणाऱ्या जोतीरावांनी नंतर 'अखंड' हा शब्द रूढ केला. या बदलाचे स्पष्टीकरण कोठे मिळत नाही. ते काहीही असले तरी अभंग आणि अखंड यांच्यातील नाते मात्र अतूटच मानावे लागते. खरे तर 'अखंड' हा शब्दसुद्धा तुकोबांच्या अभंगात 'अभंग' शब्दाच्या जोडीनेच उपलब्ध होतो.

अखंड न खंडे अभंग न भंगे। तुका म्हणे गंगे मिळणे सिंधु।।

अभंग, ओवी आणि पोवाडा हे मराठी मातीतून उगवून आलेले, मराठी माणसांच्या अभिव्यक्तीच्या गरजांमधून स्वाभाविकपणे निर्माण झालेले छंद आहेत. त्यांची मराठी माणसांवर व विशेषत: बहुजनसमाजावर विलक्षण पकड होती. आणि फुले लिहीत होते त्या काळात इंग्रजी कवितेच्या प्रभावाने लिहिण्यात येणारी आधुनिक कविता पुरेशी रुजली नसल्याने जोतीरावांनी अभंग व पोवाडे रचले हे उचितच झाले. त्यांच्या पश्चातदेखील ही परंपरा संपली नाही. त्यांचे तरुण सहकारी कृष्णराव भालेकर यांनी अभंगांमध्ये वैविध्य आणले. भालेकर स्वत: पारंपरिक वारकरी घराण्यातील असल्यामुळे त्यांनी या अभंगांना खास वारकरी चालींमध्ये म्हणण्याचा परिपाठ पाडला. त्यासाठी ते पुण्यामधून दिंड्या वगैरे काढत.

कृष्णराव भालेकरांचे चिरंजीव मुकुंदराव पाटील यांनी शेटजी व भटजी यांच्यावर टीका करणारे ओवीबद्ध ग्रंथ लिहिले. *कुलकर्णी लीलामृत* आणि *शेटजी प्रताप* हे त्यातील गाजलेले ग्रंथ होते. जोतीरावांच्या अशा कवितांवरील तुकोबांचा प्रभाव समजून येण्यासाठी पुढील उदाहरणे पुरेशी व्हावीत.

१)	*काय प्रारब्ध बापुडे। तुझ्या नामस्मरणापुढे।।*	तुकोबा
	धूर्त चिटणीसाच्या पुढे। काय कलेक्टर बापुडे।।	जोतीबा
२)	*भिक्षापात्र अवलंबणे। जळो जिणे लाजिरवाणे।।*	तुकोबा
	जळो जळो तुमचे जिणे। उद्योगाआधी ताजे खाणे।।	जोतीबा

३)	*पूजिती विकट दोंद। पशु सोंड गजाची।।*	तुकोबा
	पशुशिरी सोंड पोर मानवाचे,	जोतीबा
४)	*घ्यावी घ्यावी माझी सेवा,*	तुकोबा
	घ्यावी घ्यावी माझी भाक,	जोतीबा
५)	*तुका म्हणे धाव घाली,*	तुकोबा
	जोति म्हणे धाव घेई,	जोतीबा
६)	*नवसे कन्यापुत्र होती। तरी का करणे लागे पती।।*	तुकोबा
	जप अनुष्ठाने स्त्रियां मुले होती। दुजा का करिती मुलांसाठी।।	जोतीबा
७)	*जगाच्या कल्याणा संतांच्या विभूती। देह कष्टविती परोपकारे।।*	तुकोबा
	जगाच्या कल्याणा सत्याच्या विभूती।। देह कष्टवितो परोपकारे।।	जोतीबा
८)	*सुखालागी करिसी तळमळ। तरी जा रे पंढरीशी एक वेळ।*	
	तरी तू अवघाची। सुखरूप होसी।।	तुकोबा
	जरी तुझी सुखालागी तळमळ। तरी पाठबळ सत्या देई।	
	मग तू अवघाची सुखरुप होसी । तरुनी तारीसी दुसऱ्याला।।	जोतीबा
९)	*पोटापुरते काम। परि अगत्य तो राम।।*	तुकोबा
	पोटापुरता धंदा। सारुनि सत्या आळवावे।।	जोतीबा
१०)	*अनुभवावाचूनि काय सांगसी कहाणी।।*	तुकोबा
	अनुभवावाचोनी व्यर्थ वाचाळता।।	जोतीबा
११)	*वेष वंदायापुरते। कोण ब्राह्मण निरुते।।*	तुकोबा
	कोण्या ब्राह्मणास पूज्य ते मानावे। कोणास आणावे धर्मकामी।।	जोतीबा
१२)	*आलिया भोगासी असावे सादर। देवावरी भार घालोनिया।।*	तुकोबा
	ऐका जोतीबाचा सार। घाला देवावरी भार।।	जोतीबा

तृतीय रत्न

अगोदर स्पष्ट केल्याप्रमाणे *तृतीय रत्न* ही जोतीरावांची पहिली रचना आहे. *तृतीय रत्न* हे नाटक असून, त्याच्या एका हस्तलिखितावर 'तृतीय नेत्र' असे नाव सापडले आहे. नाटकाचा आशय पाहता 'तृतीय नेत्र' हेच त्याचे मूळ नाव असल्याची शक्यता नाकारता येत नाही. ज्ञानाचे किंवा विद्येचे महत्त्व व प्रसार हाच या नाटकाचा विषय आहे. शूद्रातिशूद्र समाज विद्येपासून वंचित राहिल्यामुळेच त्याला दैन्यदु:ख सहन करावे लागते हे जोतीरावांच्या एकूणच विचारांचे सूत्र असून, ते या पहिल्यावहिल्या साहित्यकृतीपासूनच सिद्ध झालेले आढळते. त्याचा आणखी थोडा विस्तार करून सांगायचे झाल्यास, उच्चवर्णीयांनी धर्माच्या प्रभावातून या सर्वसामान्य लोकांमध्ये अंधश्रद्धा पेरल्या. त्यातून

ते त्यांचे आर्थिक शोषण करू लागले. ब्रिटिशांच्या राज्यात विशेषत: ख्रिस्ती मिशनऱ्यांनी ज्ञानप्रसाराचे कार्य हाती घेतल्यामुळे या वर्गाला ज्ञान मिळण्याची व ज्ञानाच्या जोरावर त्याच्या परिस्थितीत सुधारणा होण्याची शक्यता निर्माण झाली.

वरील सर्व मुद्दे जोतीरावांनी नाटकाच्या कथानकात कौशल्याने गुंफले आहेत. तसे पाहिले तर या नाटकात फारशा घटना नाहीत व फारशी कृतीही नाही. एका अर्थाने त्याला विचारनाट्य असे म्हणता येईल. एका कुणबी जोडप्यात झालेले वैचारिक परिवर्तन हे या नाटकाचे विषयसूत्र आहे. हे परिवर्तन अर्थातच ख्रिस्ती धर्मोपदेशकाच्या उपदेशातून घडून येते. विदूषकाचे पात्र परिवर्तनाचे साक्षीदार असून, कथानक उलगडून पुढे नेण्यातही त्याचा हातभार लागलेला आहे. म्हणजेच सूत्रधाराचेही काम तोच करतो असे दिसते.

जोगाई आणि तिचा नवरा हे गरीब शेतकरी कुणबी पतिपत्नी शेती करून कशीबशी गुजराण करत असतात. जोगाई गर्भवती झाल्यापासून त्या दोघांच्या अज्ञानाचा व धर्मश्रद्धांचा गैरफायदा घेऊन ब्राह्मण जोशी त्यांच्यापासून पैसे उकळतो. कधी भीती घालून तर कधी प्रलोभन दाखवून. ग्रह, तारे, मुहूर्त, परलोक अशा सर्व गोष्टी त्यात येतात. ब्राह्मणाच्या समांतरविरोधी असा ख्रिस्ती पाद्री हिंदू धर्मातील जाचक प्रथांची समीक्षा करून त्यांना उघडे पाडायचे काम करतो. ज्या गोष्टी पाद्र्याला सांगता येणे शक्य नाही त्या सांगायचे काम करायला विदूषक आहेच. ब्रिटिश सरकार, ख्रिस्ती धर्मोपदेशक व पत्रकार आता अडाणी कुणब्यांच्या मागे ठामपणे असल्यामुळे त्यांनी काळजी करू नये, असा संदेश नाटकातून जातो. विदूषक कुणब्याला सांगतो, ''बाबा घाबरा होऊ नकोस, तुम्ही सर्व माळ्या कुणब्यांनी काय पण महारा-मांगांनीसुद्धा ब्राह्मणाचे भय धरू नये म्हणून ईश्वराने तुमच्या देशात इंग्रजास आणले आहे व तोच तुमच्यावरील सर्व संकटे दूर करील.''

तृतीय रत्न लिहिण्याचा कालखंड म्हणजे जोतीरावांचा ख्रिस्ती मिशनऱ्यांच्या निकट सहवासातील काळ होय. याच काळात त्यांना मनुस्मृतीमधील विषमतामूलक व अन्यायकारक कायद्यांचे ज्ञान झाले. या संदर्भात नाटकातील कुणब्याचे उद्गार महत्त्वाचे आहेत –

> तुम्हीं ब्राह्मण लोक आमच्या आई-बापांना असें नेहमी सांगत असता की, अरें तुम्हाला लिहिणें शिकण्याचा तो कोण तुमचा मनु का फनुच्याच कायद्यावरून अधिकार नाहीं, मग त्यांनी करावे काय? त्यांनी का तुमच्या कायद्याला हरताळ लावून आपापली मुले शाळेत घालतील की काय? कारण तुम्ही त्याला लिहिण्याचे तोंडच दाखविले नाही म्हणून, ते तुमचें आंधळ्यासारखें

ऐकत होते. परंतु आता या हिंदुस्थानांत इंग्रज सरकारच्या कृपेने असे आमचे काही एक माळी कुणबी (व ईश्वर करील तर महार-मांगही होतील) आहेत की ते तुमचे मनु का फनुच्या कायद्याला हरताळ कोण लावीत बसतो म्हणून जे असे एकदम सिद्ध करून दाखवतील कीं मनूचे म्हणून जे कांहीं कायदे आहेत ते सर्व तपकीरीच्या पुड्या बांधण्यास विकून त्यांच्या कवड्या करून, आंधळ्या-पांगळ्यांच्या धर्मशाळेत पाठवून द्याव्यात.

या संवादातून जोतीरावांच्या द्रष्टेपणाचे दर्शन होते. कंसातल्या मजकुरात त्यांनी ज्या अस्पृश्य जातींचा उल्लेख केला आहे, त्यातूनच त्यांनी केलेल्या भाकिताप्रमाणे डॉ. बाबासाहेब आंबेडकर नावाचा महापुरुष उत्पन्न झाला आणि त्याने मनुस्मृतीचे सरळसरळ दहनच करून टाकले!

फुले इंग्रजी राज्याचे स्वागत करतात म्हणून त्यांच्यावर टीका करण्याची प्रथा सर्रास रूढ झाली होती. पण, फुल्यांच्याही अगोदर असे स्वागत लोकहितवादींनी केले होते आणि स्वागताची ही परंपरा न्या. रानडे, गोपाळ कृष्ण गोखले यांनीही चालूच ठेवली होती, हे विसरता कामा नये.

फुल्यांचे म्हणणे इतकेच आहे की, यापूर्वी धर्म आणि अंधश्रद्धा यांच्या प्राबल्यामुळे विशेषत: लगत अगोदरच्या काळातील पेशवाईत शूद्रातिशूद्रांना विद्येपासून वंचित ठेवण्यात आले होते. इंग्रजांच्या राजवटीत या वंचितांना शिकायची संधी मिळाली व ते शिकू लागले. हे शिकलेले शूद्रातिशूद्र पूर्वीच्या पेशवाईसारख्या राजवटीपेक्षा इंग्रजांचे राज्य नक्कीच अधिक पसंत करतील. तथापि विदूषकाच्या मार्फत फुले असाही स्पष्ट इशारा द्यायला विसरत नाहीत, की

पुढे जर मोगलांप्रमाणे इंग्रज लोक या देशातील प्रजेला छळतील तर विद्या शिकून शहाणे झालेले शूद्रादि अति शूद्र लोक पूर्वी शूद्रांत झालेल्या जहाँमर्द शिवाजीप्रमाणे आपले शूद्रादि अतिशूद्रांचे राज्य स्थापून अमेरिकेतील लोकांप्रमाणे आपला राज्यकारभार आपण आपला पाहतील.

जोतीरावांचा हा इशारा फार महत्त्वाचा आहे. मुख्य म्हणजे त्यांना अमेरिकेतील लोकशाही राज्यपद्धती आदर्श वाटते व तिची प्रस्थापना हिंदुस्थानात व्हावी, अशी त्यांची इच्छा आहे. इंग्रजांनी नीट कारभार केला नाही तर इंग्रजांमुळेच शहाणी झालेली शूद्रातिशूद्र जनता त्यांच्याविरुद्ध बंड करून उठेल. हा नुसता इशारा नसून, धमकी आहे. जोतीरावांच्या या नाटकाला दक्षिणा प्राइज कमिटीने अनुदान दिले नाही यासाठी त्यांनी

कमिटीतील 'भट सभासदांना' जबाबदार धरले. कमिटीतील ब्राह्मण सभासदांना त्यांच्या जातीवरील टीका आवडली नसणार हे उघडच आहे; पण कमिटीतील इंग्रज सभासदांना सुद्धा हे नाटक आवडले असण्याची शक्यताही अजिबात नाही. आपले राज्य उलथून टाकून तेथे अमेरिकन पद्धतीची लोकशाही आणण्याची भाषा करणारे नाटक त्यांना कसे पचनी पडणार? अगोदर स्पष्ट केल्याप्रमाणे नाटकाचा शेवट कुणबी जोडप्याच्या जोतीराव आणि सावित्रीबाई यांनी चालवलेल्या रात्रशाळेत दाखल होण्याच्या निर्णयाने होतो.

छत्रपती शिवाजीराजे भोसले यांचा पवाडा

जोतीरावांनी शिवाजी महाराजांवरील पोवाडा १८६९मध्ये लिहिला असला तरी शिवाजी महाराजांसंबंधी वेगळा विचार करण्याची त्यांची प्रक्रिया पहिल्या कृतीत म्हणजे *तृतीय रत्न* नाटकातच सुरू झाली होती हे स्पष्ट आहे. शिवाजी हा शूद्रांचा राजा असून, त्याने शूद्रातिशूद्रांचे राज्य स्थापन केले अशी जोतीरावांची खात्री १८५५मध्येच झाली होती, यात शंका नाही. शिवचरित्रविषयक याच सूत्राचा विस्तार जोतीराव शिवछत्रपतींवरील पोवाड्यात करतात. ही त्यांची दुसरी वाङ्मयीन कृती होय.

या पोवाड्याची पार्श्वभूमी समजून घेणे गरजेचे आहे. लोकहितवादी प्रभृतींच्या प्रयत्नाने दक्षिणा प्राइज कमिटीची स्थापना कशी झाली व त्यात स्वतः फुल्यांनी काय भूमिका बजावली, हे आपण पाहिले आहेच. या कमिटीने शिवाजी महाराजांवर काव्यरचना करण्याची स्पर्धा जाहीर केली. त्या स्पर्धेसाठी स्वतः जोतीरावांनी जे काव्य पाठवले तोच हा *छत्रपती शिवाजीराजे भोसले यांचा पोवाडा.* जोतीरावांच्या या पवाड्याला प्रथम क्रमांक मिळाला नसला, तरी त्याच्या काही प्रतींची खरेदी मात्र कमिटीने केली. प्रस्तुत पवाडा 'लोकहितार्थ' केला असल्याचे पोवाड्याच्या मुखपृष्ठावरच छापण्यात आलेले आहे. पोवाड्याचे पुस्तक मुंबईतील ओरिएंटल छापखान्यात छापून घेतले. विक्रीसाठी ते पुण्याच्या वेताळ पेठेतील फुल्यांच्या दुकानात उपलब्ध असल्याचा उल्लेखही मुखपृष्ठावर करण्यात आलेला आहे.

जोतीरावांनी हा पोवाडा परमहंस सभेचे अध्यक्ष व कस्टम खात्याचे माजी असिस्टंट कमिशनर कै. राम बाळकृष्ण राणे (जयकर) यांच्या स्मरणार्थ त्यांना परम प्रीतीने व आदराने अर्पण केला.

आपण कोणाकरिता लिहीत आहोत याचे पुरते भान असलेल्या जोतीरावांनी त्या लक्ष्य वाचकवर्गाला समजेल अशीच भाषा जाणीवपूर्वक वापरली आहे. प्रस्तावनेत म्हटल्याप्रमाणे,

> कुणबी, माळी, महार, मांग वगैरे पाताळी घातलेल्या क्षेत्र्यांच्या उपयोगी हा पवाडा पडावा असा माझा हेतू आहे. लांबच लांब मोठाले संस्कृत शब्द

मुळीच घातले नाहीत व जेथे माझा उपाय चालेना तेथे मला लहानसहान शब्द निर्वाहापुरते घेतले आहेत. माळी कुणब्यांस समजण्याजोगी सोपी भाषा होण्याविषयी फार श्रम करून त्यास आवडण्याजोग्यां चालीने रचना केली आहे.

प्रस्तुत अवतरणातील 'कुणबी, माळी, महार, मांग वगैरे पाताळी घातलेल्या क्षेत्र्यांचा' हा उल्लेख अत्यंत महत्त्वाचा आहे. *तृतीय रत्न* नाटकानंतर जोतीरावांनी केलेल्या वाचनचिंतनाचे प्रतिबिंब येथे पडलेले दिसते. या दरम्यानच्या काळात जोतीरावांची इतिहासाची अभिनव आणि स्वतंत्र मांडणी सिद्ध झाल्याचे दिसून येते. ती सविस्तरपणे मांडण्याची संधी त्यांनी नंतरच्या *गुलामगिरी* या पुस्तकातून साधली. शिवरायांवरील पोवाड्याच्या प्रस्तावनेत त्यांनी ती सूत्ररूपाने सूचित करून प्रत्यक्ष जिजाबाईंच्या तोंडून वदवली आहे! विशेष म्हणजे ही माहिती जिजाबाईंना त्यांच्या माहेरी मिळाली असा उल्लेख फुले जिजाबाईंकरवीच करतात.

कोणतीही चळवळ जनमानसात रुजायची असेल तर तिला पूरक असे इतिहासलेखन करावे लागते. या इतिहासलेखनात कोणीतरी नायक व कोणीतरी प्रतिनायकही निश्चित करावे लागतात. पोवाडा शिवरायांवरील असल्याने पोवाड्याचा हा नायक अगदी अलीकडील काळातला दोन-अडीचशे वर्षांपूर्वीचा. जोतीरावांना संपूर्ण इतिहासाला पुरून वर्तमानात उरेल असा महानायक हवा होता.

शिवाजीराजांवरील पोवाड्यात जोतीरावांनी आपला प्रतिनायक निश्चित केलेला दिसतो. तो म्हणजे विष्णूचा सहावा अवतार परशुराम. परशुरामाने एकवीस वेळा पृथ्वी निःक्षत्रिय केल्याची पुराणकथा भारतीय जनमानसाच्या सामान्यज्ञानाचा भाग होण्याइतकी प्रसिद्ध आहे. जोतीरावांच्या इतिहाससमीक्षेनुसार आजचे शूद्र आणि त्यातल्या त्यात अतिशूद्र हेच तेव्हांचे क्षत्रिय होते. तेच या देशाचे मूळ रहिवासी किंवा भूमिपुत्र असून, बाहेरून आलेल्या आर्य आक्रमकांनी त्यांना जिंकून गुलाम बनवले. जणू पाताळात घातले.

वस्तुतः पुराणकथांनुसार दैत्यराज बळी याला पाताळात घालायचे काम विष्णूचा पाचवा अवतार मानला जाणाऱ्या वामनाचे. तथापि वामनाच्या खात्यावर तेवढेच एक कृत्य असल्यामुळे त्याला फारसे ऐतिहासिक महत्त्व देता येत नाही व प्रभावी प्रतिनायकही करता येत नाही. याउलट परशुरामाने थोड्याथोडक्या नाही तर एकवीस वेळा क्षत्रियांशी युद्ध करून त्यांचा वंशसंहार केला. लहान अर्भकांनाही सोडले नाही, असे ब्राह्मणी पुराणकथाच सांगतात. जोतीरावांनी त्यांचा खुबीने उपयोग करून घेतला.

दुसरे असे की, पुराणकथांच्या परंपरेप्रमाणे परशुराम हा सप्तचिरंजीवांपैकी एक आहे. याचाच अर्थ असा होतो की, तो आजही अस्तित्वात आहे. पुराणकथांमधील या

मिथकास सत्यतामूल्य देऊन जोतीरावांनी शिवछत्रपतींवरील पोवाड्याच्या सुरुवातीलाच एका अभंगातून ब्राह्मणांनाच आव्हान दिले. *चिरंजीव आहे आणा पाचारुनी। पाहा तपासूनी जोतीपुढे।।*

पुढे निबंधमालेतून टीका करताना विष्णुशास्त्री चिपळूणकरांनी जोतीरावांनी ब्राह्मणांना दिलेल्या या नोटिशीबद्दल त्यांचा उपहास केलेला आहे. दुसरीकडे जोतीराव परशरामाशी एकवीस वेळा झुंजणाऱ्या क्षत्रिय महावीरांना महाबली म्हणून नायकत्व देतात. या महावीरांना महाअरी असे म्हटले गेले (अरि म्हणजे शत्रू) तेच आजचे महार-मांग होय!

खरे तर परशुरामाचा व्यक्तिशः संघर्ष हैहय क्षात्रकुळातील सहस्त्रार्जुन या राजाशी होता. पण, जोतीराव हा संघर्ष वैयक्तिक पातळीवरील संघर्ष समजत नसल्यामुळे ते सहस्त्रार्जुनाला नायक करत नाहीत. त्यांना हा संघर्ष दोन समूहांमधील अविरत संघर्ष दाखवायचा असून, तो वेगळ्या रूपात आजही जारी असल्याचे सांगायचे आहे. चिरंजीव परशुराम त्याचे म्हणजे प्रतिनायकाचे प्रतीक होऊ शकतो. शिवाजीराजांचा पोवाडा लिहिताना रचलेल्या अभंगात त्यांना समूहाचे प्रतिनिधित्व करणारा प्रतीकात्मक नायक मात्र गवसला नसला तरी 'महाबळी' शब्दाने तो सूचित झालेला आहे.

परशरामासी झोंबे महाबळी।। एकवीस वेळी लागोपाठ।।

या ओळीत महार-मांगांचा क्षात्रसमूह हाच महाबळी असला तरी वामनावतारात विष्णूने कपटाने पराभूत करून पाताळी दडपलेला बळीराजा या समूहाचे प्रतिनिधित्व व प्रतीकात्मक महानायक होऊ शकतो. हे लक्षात आल्यावर जोतीरावांनी १८७३मध्ये प्रसिद्ध केलेल्या *गुलामगिरी* या पुस्तकात बळीला नायकत्व दिल्याचे दिसून येते. विशेष म्हणजे, बळी हा परशुरामाप्रमाणेच सात चिरंजीवांमध्ये मोडतो. त्यामुळे प्रातिनिधिक प्रतिनिधित्वाच्या पातळीवर बळी महानायक तर परशुराम प्रतिनायक असे म्हणता येईल.

दक्षिणा प्राइज कमिटीने शिवकाव्य स्पर्धा ठेवली तोपर्यंत म्हणजे १८६९पर्यंत महाराष्ट्रात शिवचरित्रावर फारसे लेखन संशोधन झालेले नव्हते. बहुतेकांची मदार ग्रँट डफ याने लिहिलेल्या मराठ्यांच्या इतिहासावरच असे. त्याला फुले अपवाद असायचे कारण नाही; पण शिवचरित्र सादर करताना ते आपली मूळची नवी चौकट नजरेआड होऊ देत नाहीत. ही चौकट ब्राह्मण आणि इतर यांच्यातील संघर्षांची आहे. मग तिला शिवकालाचा अपवाद करणे सुसंगत ठरले नसते. त्यानुसार जोतीराव शिवचरित्रातील काही घटनांचा वेगळा अन्वयार्थ लावतात. उदाहरणार्थ, शिवरायास सामील झालेल्या पंताजी गोपीनाथ यास दूषण देणे, दादाजी कोंडदेव यांना गुरू म्हणून महत्त्व न देणे (*दुसरा भ्याला मेला बेत नव्हता पूर्वीचा दादोजी कोंडदेवाचा।। मासा पाणी खेळे गुरू कोण त्याचा।।*) रामदास

स्वामींच्या गुरुत्वाची वेगळी व्यवस्था लावणे (लोकप्रीतीकरिता करी गुरु रामदासास). मोरोपंत पिंगळे यांनी मनापासून लढाई केली नाही, असेही ते सुचवतात. शिवरायांचा राज्याभिषेक करणाऱ्या गागाभट्टाने खरे तर धर्माच्या नावाखाली शिवाजीराजांची लूट केली असे फुले सांगतात.

शूद्र शेतकऱ्यांचा राजा व रयतेचा कैवारी अशी एक वेगळी शिवप्रतिमा जोतीरावांच्या या पोवाड्यातून पुढे येते. कुळवाडी-भूषण पवाडा गातो भोसल्याचा। छत्रपती शिवाजीचा।। अशा चरणाने सुरुवात करून त्यालाच वारंवार पुनरुक्त होणारे धृपद म्हणून वापरीत आठ चौकांचा हा पोवाडा जोतीरावांनी याच धृपदाने संपवला आहे. पोवाड्याच्या सुरुवातीला आव्हान देणारा अभंग आहे. तसाच पोवाडा संपल्यावर व्हिक्टोरिया राणीला आवाहन करणारा अभंग येतो.

सत्ता तुझी राणीबाई। हिंदुस्थानी जागृत नाही।।
जिकडे तिकडे ब्राह्मणशाई। डोळे उघडूनी पाही।।
खेडेगावी कुलकर्णी। आहे लेखणीचा धणी।।
महालामध्ये महालकरी। जसा अष्ट अधिकारी।।
यमवत् मामलेदार। शूद्रा शिक्षा अनिवार।।
धूर्त चिटणीसांचे पुढे। काय कलेक्टर बापुडे।।
रेविन्यूची दप्तरदारी। ब्राह्मण किती अधिकारी।।
चहूकडे भटभाई। कुणब्याची दाद नाही।।
जोती म्हणे धाव घेई। दुष्टापासूनी सोडवी।।

या अभंगात तत्कालीन प्रशासकीय चौकटीचे संपूर्ण चित्रच उभे राहते.

इथे हे नमूद करायला हवे की, पुढील काळात लोकमान्य टिळकांनीही इंग्लंडमधील बादशहासारखे सर्वोच्च ब्रिटिश सत्ताधीश आणि भारतात प्रत्यक्ष सत्ता राबवणारे ब्रिटिश प्रशासक यांच्यात भेद करून या स्थानिक प्रशासकांसाठी 'नोकरशाही' हा शब्द रूढ केला. आपण इंग्लंडमधील ब्रिटिश सताधाऱ्यांवर टीका करत नसून, स्थानिक नोकरशाही हे आपले लक्ष्य असल्याचे ते सांगत. भारतातील उच्चस्तरीय ब्रिटिश नोकरशाहीच्या खाली आणखी एक ब्राह्मणी नोकरशाही असल्याचे फुल्यांनी उघडकीस आणले आहे. ही दुसरी नोकरशाही पहिल्या नोकरशाहीपेक्षा तांत्रिकदृष्ट्या कनिष्ठ असली तरी प्रत्यक्ष कारभार तीच पाहत असते. तिच्यामुळे रयतेची दुःखे पहिल्या नोकरशाहीपर्यंत पोहोचत नाहीत, असे ध्वनित करून फुले पहिल्या म्हणजे ब्रिटिश नोकरशाहीच्या निष्काळजीपणाबद्दल तिच्यावर कठोर टीका करायलाही कचरत नाहीत, याची येथे नोंद घ्यायला हवी.

पोवाड्याच्या प्रस्तावनेत जोतीराव चातुर्वर्ण्यव्यवस्थेची उत्पत्ती मांडणाऱ्या ऋग्वेदातील प्रसिद्ध पुरुषसूक्ताचीही समीक्षा करताना आढळतात. या सूक्ताचा अर्थ शब्दशः घेऊन त्यातून निष्पन्न होणारे निष्कर्ष काढून ते कसे हास्यास्पद आणि बुद्धीला न पटणारे आहेत हे देखील ते दाखवून देतात.

मराठी साहित्याच्या इतिहासात जोतीरावांच्या पोवाड्याचे स्थान अद्याप नीट ओळखले गेले नाही. ते समजण्यासाठी त्याच वेळी दक्षिणा कमिटीसाठी शिवकाव्य लिहिणाऱ्या महादेव मोरेश्वर कुंटे यांच्या *राजा शिवछत्रपती* या काव्याशी जोतीरावांच्या पोवाड्याची तुलना करायला हवी. कुंटे यांना मराठी भाषेविषयी, बहुजनांच्या मराठीविषयी विलक्षण आस्था होती. स्वतः कुंटे संस्कृत आणि इंग्रजी भाषांचे व साहित्याचे अभ्यासक आणि जाणकार होते. त्यांनी लिहिलेली 'षड्दर्शनचिंतनिका' (Vicissitudes of Vedic Civilization) ही पुस्तके विद्वानांच्या वाखाणणीस पात्र ठरली होती. अशा या महापंडिताला मराठी कवितेची सद्यःस्थिती पाहून काळजी वाटत होती. कुंट्यांच्या निरीक्षणाप्रमाणे तेव्हाचे पारंपरिक कवी, संस्कृत काव्याचे अनुकरण करून संस्कृत धर्तीचे मोठमोठे सामासिक वगैरे शब्द वापरून मराठी कविता अवघड व बोजाड बनवीत होते तर दुसरीकडे इंग्रजी शिकलेले नव्या पिढीचे आधुनिक कवी इंग्रजी कवितेचे अनुकरण करत होते. हे दोन्ही प्रकार मराठी भाषेच्या व कवितेच्या मूळ प्रकृतीवर अन्याय करणारे असल्याचे कुंट्यांचे मत होते. त्यांच्या मते मराठी संतांचे काव्य हे बहुजनांच्या भाषेत लिहिले गेले असून, तीच खरी मराठी कविता होय व तशीच कविता लिहायला हवी. स्वतः कुंट्यांनी *राजा शिवाजी*च्या प्रस्तावनेत स्पष्ट केल्याप्रमाणे त्यांनी सर्वसामान्य माणसांच्या भाषेतील शब्दांची निवड करून जाणीवपूर्वक त्यांचा वापर केला, मग ते शब्द संस्कृत इंग्रजी कवितेच्या मोजपट्ट्यांनुसार ओबडधोबड व टाकाऊ का असेनात! हीच भूमिका जोतीरावांची होती.

कुंट्यांच्या या शिवकाव्यावर नंतर विष्णुशास्त्री चिपळूणकरांनी टीकेची झोड उठवली होती हे लक्षात घेतले म्हणजे कुंट्यांच्या प्रयत्नाबद्दल आदर वाटल्याशिवाय राहत नाही.

कुंट्यांनी मराठी कवितेला संस्कृत आणि इंग्रजी काव्यपरंपरांच्या प्रभावातून मुक्त करून मराठीची स्वतःची म्हणता येईल अशी वेगळी वाट चोखाळली. यासाठी इंदूरचे समीक्षक वि. सी. सरवटे त्यांना 'आधुनिक मराठी कवितेचे जनक' म्हणतात.

मराठी कवितेचे स्वरूप कसे असले पाहिजे, याविषयीची कुंट्यांच्या प्रस्तावनेतील मते पाहिली म्हणजे आधुनिक मराठी कविता कशी असावी, याविषयीची त्यांची जाण यथायोग्य होती असेच म्हणावे लागते. त्यांनी तसा प्रयत्न केला, याविषयी त्यांची प्रसंशाही करायला हवी.

तथापि या प्रयत्नात ते पूर्णपणे यशस्वी झाले, असे म्हणवत नाही. शब्दकळेच्या संदर्भात अस्सल मराठी शब्द वापरण्याचा त्यांचा आग्रह व उपक्रम योग्यच होता; परंतु एकीकडे मराठी शब्दकळा वापरताना दुसरीकडे त्यांनी वृत्तछंद मात्र संस्कृत कवितेचे अनुकरण करत उसने घेतले. शिवाय, महाकाव्याची किंवा Epicची कल्पना त्यांनी मिल्टन वगैरे युरोपीय कवींच्या काव्यावरून घेतली होती.

याचा अर्थ असा होतो की सैद्धान्तिक स्तरावर कुंट्यांनी जी झेप घेतली, तिला अनुसरून संपूर्ण काव्यव्यवहार ते करू शकले नाहीत. (म्हणजे बा. सी. मर्ढेकरांच्या नेमके उलट) कोणत्याही प्रकाराची सैद्धान्तिक मांडणी न करणारे जोतीराव मात्र कुंट्यांना अपेक्षित असलेला काव्यव्यवहार करण्यात यशस्वी होतात. कुंट्यांप्रमाणेच त्यांनीही सोप्या बाळबोध मराठी शब्दांची योजना केली. शिवाय, 'पोवाडा' नावाचे शुद्ध मराठी वृत्त वापरले.

एकीकडे शुद्ध देशी वळणाचे छंद-अभंग व पोवाडे वापरणारे फुले या छंदांमधून आधुनिक मूल्यांचा आशय व्यक्त करताना दिसतात. समता, स्वातंत्र्य व बंधुता ही आधुनिक मूल्ये त्या काळात तरी कोणत्याही कवीने कवितेतून व्यक्त केलेली दिसत नाहीत. याचाच अर्थ असाही होतो की, आधुनिक मराठी कवितेच्या जनकत्वाचा मान फुल्यांना देणे उचित ठरेल.

जोतीरावांनी शेतकरी, दलित आणि स्त्रिया यांचा कैवार घेऊन साहित्य निर्मिती केली असल्याने ते आजच्या ग्रामीण, दलित आणि स्त्री साहित्याचा मूल स्रोत ठरतात यात वाद नाही. परंतु, ही निर्मिती करताना त्यांनी जो मूल्याशय प्रकट केला, त्यावरून त्यांना आधुनिक मराठी साहित्याच्या जनकत्वाचा मान द्यावा लागतो.

ब्राह्मणांचे कसब

शिवाजी महाराजांवर काव्य लिहिताना फुले पोवाडे व अभंगांचे प्रयोग करत असल्याने त्यांची पोवाड्यावर व अभंगावर आपोआपच पकड बसली. म्हणून शिवकाव्याच्या पाठोपाठ *ब्राह्मणांचे कसब* हे अभंग आणि पोवाडा यांचे पुस्तक त्यांनी लिहिले. हे पुस्तक त्यांची 'महाराष्ट्र देशातील कुणबी, माळी, मांग, महार यांस परम प्रीतीने' नजर किंवा अर्पण केले आहे.

*ब्राह्मणांचे कसब*ला B.P. या आद्याक्षरांचे नाव धारण करणाऱ्यांची छोटी प्रस्तावना जोडली आहे. B.P. हे म्हणजे ख्रिस्ती धर्माचा स्वीकार करणारे फुल्यांचे स्नेही-सहकारी *यमुना पर्यटन* कादंबरीचे लेखक बाबा पदमजी होते.

*ब्राह्मणांचे कसब*मध्ये जोतीरावांनी *तृतीय रत्न* नाटकात आणि शिवाजीराजांवरील

पोवाड्यात हाताळलेल्या विषयांचीच परत मांडणी केली आहे. उदाहरणार्थ, ब्रिटिश प्रशासकांवर टीका –

गोरे कामगार॥ मोठा दरबार॥ सोपिवी सर्व ब्राह्मणास॥
मनामधी भीती फार त्यास॥ माहिती थोडी॥ मिजाज बडी॥
भोगिती नित्य आरामास॥ पुरविती हक्क पेनशनीस॥
त्याचप्रमाणे राणीला विनंतीवजा आवाहन
धन्य राणीबाई॥ झोप कशी घेई।
आहेस मोर्चाची धणीन खास॥ सोडवी दीन बंधूस॥
आणि
राणीबाई॥ शोधूनी पाही॥
पाप हे तुझ्या शिरावर॥ काय! तू जबाब देणार?॥

अज्ञान आणि अंधश्रद्धा यांच्यावर आधारलेल्या कर्मकांडापासून शूद्रातिशूद्रांनी बाजूला व्हावे. लग्न, घरभरणी इत्यादी कार्यक्रम आपले आपणच करावेत, असा संदेश जोतीराव अभंगामधून देतात. यातूनच पुढे सत्यशोधक विवाहपद्धतीचा उगम झाला. 'ब्राह्मणांचे कसब' या काव्याचा सारसंदेश जोतीरावांच्याच शब्दांत सांगायचा झाल्यास—

ब्राह्मणाचे येथे नाही प्रयोजन। द्यावे हाकलून जोती म्हणे॥

जोतीरावांवर टीका करताना चिपळूणकरांनी या ओळी उद्धृत केल्या आहेत, याची नोंद घ्यायला हरकत नसावी.

गुलामगिरी

ज्याला जोतीरावांची महाकृती (Magnum Opus) म्हणता येईल, ते *गुलामगिरी* हे पुस्तक १८७३मध्ये प्रकाशित झाले. पुस्तकाच्या इंग्रजी Prefaceच्या शेवटी १ जून १८७३ ही तारीख आहे. त्यावरून पुस्तक त्याच महिन्यात प्रकाशित झाले असण्याची शक्यता आहे. नंतर लगेचच म्हणजे २४ सप्टेंबर १८७३ या दिवशी जोतीरावांनी सत्यशोधक समाजाची स्थापना केली, यावरून या पुस्तकाचे महत्त्व लक्षात येईल. *गुलामगिरीतील* विवेचनाला अनुसरून प्रत्यक्ष कृती करण्यासाठीच सत्यशोधक समाज निघाला.

गुलामगिरीचे लेखन मात्र १८७२मध्ये काही महिने सलग चाललेले दिसते. यापूर्वी जोतीरावांनी नाटक, अभंग आणि पोवाडा हे वाङ्मयप्रकार हाताळले होते. *गुलामगिरी* मात्र जोतीराव आणि धोंडीबा यांच्यातील संवादाच्या रूपात लिहिले आहे. मात्र, हा संवाद

काल्पनिक नसून, तो काही महिने खरोखरच चालला असावा, असे दिसते. धोंडीबा हा प्रश्नकर्ता असून, जोतीराव त्याच्या जिज्ञासेचे समाधान करतात, असा या पुस्तकाचा बाज आहे. धोंडीबा हा फुले चरित्रातील पंडित धोंडीराम कुंभार असू शकेल किंवा दुसरी कोणी व्यक्ती असू शकेल.

गुलामगिरीचे लेखन दि. ६ डिसेंबर १८७२ रोजी पूर्ण झाले असे दिसते. कारण त्याचा समारोप ज्या पत्राने झाला आहे, ते जाहीर पत्र जोतीरावांनी ५ डिसेंबर रोजी लिहिले. ही गोष्ट धोंडीबाला सांगताना ते हे पत्र 'काल' लिहिल्याचे सांगतात म्हणजेच हा दिवस ६ डिसेंबर आहे. जोतीराव या पत्राची नक्कल धोंडीबास दाखवतात. धोंडीबा ती वाचतो व त्यातील सर्व कलमे आपणास पसंत पडली असल्याचे सांगतो.

५ डिसेंबरला लिहिलेले पत्र जोतीरावांनी त्याच दिवशी आपल्या एका स्नेह्याकडे देऊन त्याला त्याच्या प्रती करून प्रसिद्धीसाठी वेगवेगळ्या वृत्तपत्रांकडे पाठवायला सांगितले होते, असे स्वत: जोतीरावांनीच धोंडीबाला ६ तारखेच्या संवादात सांगितले आहे. जोतीरावांच्या त्या स्नेह्याने आपले काम चोख बजावलेले दिसते. पुणे येथून निघणाऱ्या *लोककल्याणेच्छु* या पत्राच्या ४ जानेवारी १८७३च्या अंकात संपादकांनी जोतीरावांनी पाठविलेले हे अप्रयोजक, आत्मक्लेशाचे व ब्राह्मणांच्या निंदेचे पत्र आपण छापू शकत नसल्याचा खुलासा करून त्यासाठी झालेल्या क्षमायाचनेचा प्रांजळपणाही दाखवला! कोल्हापूर येथून प्रसिद्ध झालेल्या ख्रिस्ती लोकांच्या 'शुभवर्तमानदर्शक व चर्चसंबंधी नानाविध संग्रह'मध्ये मात्र दि. १ फेब्रुवारी १८७३ या दिवशी जोतीरावांच्या पत्राला जागा मिळाली. इतकेच नाही तर संपादकांनी जोतीरावांच्या धैर्याची प्रशंसासुद्धा केली.

जोतीरावांच्या या पुस्तकाची किंमत १२ आणे असली तरी गरीब शूद्रादिअतिशूद्रांसाठी ती निम्मी म्हणजे ६ आणे एवढी ठेवण्यात आली होती.

गुलामगिरी पुस्तकाचे एक महत्त्वाचे वैशिष्ट्य म्हणजे त्याची अर्पणपत्रिका. जोतीरावांनी 'युनायटेड स्टेट्समधील सदाचारी लोकांनी गुलामांस दास्यत्वापासून मुक्त करण्याच्या कामात औदार्य, निरपेक्षता व परोपकारबुद्धी दाखविली यास्तव त्यांच्या सन्मानार्थ हे लहानसे पुस्तक त्यास परम प्रीतिनें नजर' केले आहे.

पण, जोतीरावांची ही अर्पणपत्रिका नेहमीच्या सर्वसाधारण अर्पणपत्रिकांपेक्षा एकदम वेगळी आहे. कारण लगेच जोतीराव त्याच अर्पणपत्रिकेत असेही लिहितात, की 'आणि माझे देशबांधव त्यांच्या त्या स्तुत्य कृत्याचा कित्ता, आपले शूद्र बांधवांस ब्राह्मण लोकांच्या दास्यत्वापासून मुक्त करण्याच्या कामांत घेतील अशी आशा बाळगतों.'

ही केवळ अर्पणपत्रिका नसून, अपेक्षापत्रिकाही आहे. 'माझे देशबांधव'च्या शब्द-प्रयोगात त्यांचा रोख मुख्यत्वे ब्राह्मण वर्गावर आहे हे लक्षात घ्यायला हवे.

जोतीरावांनी फ्रेंच आणि अमेरिकन राज्यक्रांत्यांच्या इतिहासाचा अभ्यास केला होता. युरोपातील अनेक राष्ट्रांमधील गोरे लोक अमेरिकेत वसाहत करून राहिले होते. अगोदरच्या काळी ब्रिटिशांची एक वसाहत किंवा कॉलनी असे या राष्ट्राचे स्वरूप होते. पुढे या वसाहतीतील गोऱ्या नागरिकांनी इंग्लंडच्या विरोधात बंड पुकारले व ते त्यात यश मिळवून ते स्वतंत्र झाले. या कृतीमागे स्वातंत्र्य आणि समतेचे तत्त्वज्ञान होते, जे फ्रेंच राज्यक्रांतीतून निष्पन्न झाले होते.

मध्यंतरीच्या काळात अमेरिकेतील युरोपीय गोऱ्या लोकांनी आफ्रिकेमधील अनेक निग्रोंना अमेरिकेत आणून गुलाम केले होते. खरे तर ज्या विचारांच्या आधारे या लोकांनी इंग्लंडशी युद्ध करून स्वतंत्र देशाची निर्मिती केली होती, त्या विचारांशी ही गुलामगिरी पूर्णतः विसंगत होती. तेव्हा ही गुलामगिरी नष्ट करण्याची चळवळ सुरू झाली. तिला अमेरिकेच्याच काही घटक संस्थानांनी विरोध केला. परंतु, त्याला भीक न घालता त्यांच्याशी युद्ध करून समतेच्या पुरस्कर्त्यांनी गुलामगिरी नष्ट करण्यात यश मिळवले.

जोतीरावांच्या अमेरिकेतील या समतायोद्ध्यांविषयी अपार आदर असल्यानेच त्यांनी आपली कृती त्यांना अर्पण केली.

पण, मुद्दा हिंदुस्थानातील गुलामीचा होता. जोतीरावांनी लावलेल्या इतिहासाच्या सरणीप्रमाणे येथील शूद्रातिशूद्र समाजाला आर्यांनी म्हणजे ब्राह्मणांनी गुलाम केले होते. जोतीरावांची अशी अपेक्षा आहे, की या ब्राह्मणांनी अमेरिकेतील गोऱ्यांचे अनुकरण करून शूद्रातिशूद्रांची गुलामगिरी संपुष्टात आणावी. त्यासाठी प्रसंगी यादवी युद्ध करावे लागले, स्वजातियांशी लढावे लागले तरी तो धोका पत्करायलासुद्धा मागेपुढे पाहू नये.

पुढील इतिहास पाहता जोतीरावांच्या अपेक्षांना पुरेसा प्रतिसाद मिळाला असे म्हणणे अवघड आहे. त्यांचे हे *गुलामगिरी* पुस्तकच चिपळूणकरांनी टीकेचे लक्ष्य केले. त्यातील आशयाकडे लक्ष न देता व्याकरणाच्या चुका काढण्यात धन्यता मानली. जोतीराव ज्या समाजाचे प्रतिनिधित्व करत होते, त्यांच्या भावना, इच्छा, आकांक्षा यांच्याकडे दुर्लक्ष करून त्याचा उपहास केला. त्या समाजाच्या जोतीरावांसारख्या नेत्यांवर ते ब्रिटिशांचे व ख्रिस्ती मिशनऱ्यांचे हस्तक असल्याचे आरोप केले गेले. याचा परिणाम म्हणजे समाजात अगोदरच असलेल्या फटीचे रूपांतर जणू दरीत झाले. त्याचे पर्यवसान ब्राह्मणेतर चळवळीत होऊन महाराष्ट्राचे सामाजिक आरोग्य पुरते बिघडून गेले.

*गुलामगिरी*चे लेखन १८७२मध्ये काही महिने चालले होते हे अगोदर स्पष्ट केले आहेच; परंतु ज्या अंतर्गत पुराव्यावरून हे सांगता येते तो पुरावा आणखीही एका दृष्टीने महत्त्वाचा आहे. त्यामुळे जोतीरावांच्या नंतरच्या लिखाणाचा अगोदरच्या लिखाणाशी असलेला तार्किक संबंधही समजून येतो.

जोतीराव-धोंडीबांच्या संवादाच्या आठव्या हप्त्याच्या दिवशी तारीख होती १ ऑगस्ट. संवादाच्या ओघात जोतीराव प्राचीन इतिहासकथन करत असताना ओघाने परशुरामाचा विषय निघाला. त्यात आपण परशुराम चिरंजीव असल्यामुळे त्याला हजर करावे, असे ब्राह्मणांना आव्हान शिवाजीराजांवरील पोवाड्यात दिले असल्याचे जोतीरावांनी सांगितले. तथापि अजून तरी ब्राह्मणांनी तसे काही केले नव्हते. त्यावर धोंडीबाने थेट परशुरामालाच पत्र लिहायची सूचना केली. जोतीरावांनी ती मान्य करून त्यानुसार त्याच दिवशी म्हणजे १ ऑगस्ट १९८२ रोजी परशुरामास पत्र लिहिले व त्या दिवशीच्या संवादाचा शेवट झाला.

परशुरामास लिहिलेल्या या पत्राचा मायना –

'चिरंजीव परशुराम ऊर्फ आदिनारायणाचा अवतार यांस :

मुक्काम सर्वत्र ठायी'

असा असून शेवट

'आपला खरेपणा पाहणारा

जोतीराव गोविंदराव फुले' असा आहे.

खाली जोतीरावांचा पत्ता तारखेसह दिला आहे -

'तारीख १ ली, माहे आगस्ट

सन १८७२ इसवी. पुणें,

जुना गंज, घर नं. ५२७.'

छत्रपती शिवाजीराजे भोसले यांचा पवाडा लिहिताना जोतीरावांनी भारताच्या इतिहासाची जी संक्षिप्त रूपरेषा जिजाबाईंकडून बालशिवबाला सांगितली व सद्य:स्थितीचे जे दर्शन अभंगांमधून घडवले, त्याचा पूर्ण विस्तार आणि विकास म्हणजे *गुलामगिरी* एवढे सांगितले म्हणजे *गुलामगिरी*चे स्वरूप व महत्त्व लक्षात येईल. ब्राह्मणांनी शूद्रातिशूद्रांचे शोषण धर्माच्या नावाने आणि धर्मग्रंथांच्या आधारे चालवले आहे याचे सूचन जोतीरावांनी *तृतीय रत्न*मध्ये केले होते व ते समजून येण्यासाठी विद्येच्या प्रसाराची निकडही व्यक्त केली होती. *गुलामगिरी*मध्ये धर्माची व धर्मग्रंथाची कठोर चिकित्सा (Critique) केली आहे.

धर्मचिकित्सा ही सर्व चिकित्सांची सुरुवात आहे, असे याच काळात कार्ल मार्क्सने सांगितले होते. एकदा ही धर्माची समीक्षा झाली की मग त्या अनुषंगाने सामाजिक, आर्थिक, राजकीय समीक्षा करता येते असे मार्क्सचे म्हणणे आहे. युरोपात धर्मचिकित्सेचे कार्य मार्क्सच्या अगोदर फ्यूरबाख याने पूर्ण केले असल्यामुळे स्वत:

मार्क्सचे काम सोपे झाले. त्याने हेगेल या चैतन्यवादी परंतु प्रभावशाली तत्त्ववेत्त्याच्या विचारांच्या समीक्षेने सुरुवात केली. त्यानंतर हेगेलच्या प्रभावाखालील जर्मन चैतन्यवादी तत्त्ववेत्त्यांच्या विचारांची त्याने समीक्षा केली. त्यानंतर तो राजकीय अर्थशास्त्राच्या समीक्षेकडे वळाला.

येथे धर्मसमीक्षेचे काम स्वत: फुलेच करतात व नंतर इतर समीक्षाही त्यांनाच कराव्या लागतात हे लक्षात ठेवले पाहिजे. शोषणावर आधारित सामाजिक, आर्थिक, राजकीय व्यवस्थेला धर्म नुसतेच समर्थन नाही तर एक प्रकारचे पावित्र्यवलय अर्थात दैवी पाठिंबा मिळवून देत असतो. *गुलामगिरी* या पुस्तकाचे पूर्ण शीर्षक पाहिले तर फुल्यांना काय सूचित करायचे आहे हे लक्षात येते. *ब्राह्मणी धर्माच्या आडपडद्यात* व 'सुधारल्या इंग्लिश राज्यात' *गुलामगिरी* असे या शीर्षकाचे घटक आहेत. यात इंग्रजी राज्यावर सूचक टीका आहे. पुस्तक *गुलामगिरी* नष्ट करण्याच्या अमेरिकनांना अर्पण केल्यामुळे टीका आणखीनच टोकदार बनते. इंग्रज राज्यकर्ते ही गुलामगिरी संपुष्टात आणण्यासाठी पुरेशी कृती करत नाहीत. ती त्यांनी करावी असे त्यांना अभिप्रेत आहेच. इंग्रज राज्यकर्ते परकीय असल्याने व त्यांनी स्थानिक प्रशासन ब्राह्मण नोकरशहांच्या हातात सोपवल्यामुळे त्यांना हा प्रश्न नीट समजला नसल्याचे जोतीरावांचे म्हणणे होतेच. त्यासाठीच त्यांनी *गुलामगिरी*ला इंग्रजी प्रस्तावनाही जोडली आहे. पुस्तक अर्थात शूद्रातिशूद्र बांधवांसाठी असले तरी जोतीरावांना या दोघांचेही डोळे उघडायचे आहेत.

थोडक्यात सांगायचे झाल्यास गुलामगिरी हा हिंदुस्थान देशातील ब्राह्मणी वर्चस्वाला आणि त्या वर्चस्वाला कारणीभूत असलेल्या यंत्रणांचा इतिहास आहे. या यंत्रणेत सर्वात मोठी भूमिका धर्माची आहे. इंग्लिश प्रस्तावनेतील मजकूर उद्‌धृत करून हा मुद्दा सांगता येतो. 'Under the guise of religion the Brahmin has his fingure in every thing, big or small, which the sudra undertakes.' म्हणूनच जोतीरावांचा घाला धर्मावर आहे व म्हणूनच ते शूद्रातिशूद्रांना ब्राह्मणी स्पर्श नसणारा वेगळा धर्म देऊ इच्छितात. हा म्हणजेच सार्वजनिक सत्य धर्म किंवा सत्य धर्म देण्यासाठी त्यांनी गुलामगिरीच्या प्रकाशनानंतर कालापव्यय न करता सत्यशोधक समाजाची स्थापना केली.

जगातील इतर सर्व धर्मांच्या अनुयायांना त्यांच्या त्यांच्या धर्मांचे ग्रंथ वाचायची मुभा आणि सोय आहे; परंतु हिंदू धर्माचे ग्रंथ पाहण्याचा अधिकार याच धर्माचे अनुयायी असलेल्या संख्येने अधिक शूद्रातिशूद्रांना का नाही, असा प्रश्न जोतीराव उपस्थित करतात. त्या प्रश्नाचे त्यांचे स्वत:चे उत्तर असे आहे की मुळात हे ग्रंथ शूद्रातिशूद्रांना

अज्ञानी ठेवून त्यांच्यावर वर्चस्व गाजवत त्यांचे शोषण करण्याच्या यंत्रणेचाच महत्त्वाचा भाग आहेत. पाश्चात्य विद्वानांमुळे या ग्रंथात काय आहे, हे थोडेफार समजू लागल्याने या गुलामगिरीचे स्वरूपही आता कळून चुकले.

एकदा वेदांसारख्या धर्मग्रंथाचे स्वरूप लक्षात आल्यावर पुढचा मुद्दा या गुलामगिरीचा म्हणजेच ब्राह्मणांच्या वर्चस्वाचा इतिहास सिद्ध करणे. इतिहासाची अशी मांडणी करायची झाल्यास त्यासाठी साधने कोणती वापरायची, हा प्रश्न उपस्थित होतो. आता या कामासाठीही ब्राह्मणांनी लिहिलेल्या ग्रंथाचाच आधार घ्यावा लागणार हे उघड आहे. अलीकडील परिभाषा वापरून सांगायचे झाल्यास जोतीराव ग्रंथांची विरचना (Deconstruction) करून मग त्या आधारे इतिहासाची फेररचना (Reconstruction) करतात. हेच फुल्यांचे पद्धतिशास्त्र आहे.

याच प्रक्रियेत जोतीरावांना प्रतिनायकाबरोबर आपला महानायकही सापडतो. परशुराम हा जर प्रतिनायक असेल तर बळी हा महानायक होय. ते दोघे समोरासमोर असे नसले तरी त्यामुळे काही बिघडत नाही. नाही तरी परंपरेप्रमाणे बळीसुद्धा चिरंजीवच आहे की!

ऐतिहासिक किंवा निदान पौराणिकदृष्ट्या पाहिले तर बळी हा हिंदुस्थानात होऊन गेलेला राजा होता. तथापि फुले बळीकडे एक व्यक्ती म्हणून न पाहता त्याची जणू एक Ideal Type करतात. त्याचा आदर्श समोर ठेवतात. त्यानुसार व त्यामुळे वर्तमानकालीन इंग्रज तर बळीचे अनुयायी आहेतच; परंतु अमेरिकेतील जॉर्ज वॉशिंग्टन आणि फ्रान्समधील लफटे (Marquis de Lafayette) हेसुद्धा बळीचेच अनुयायी ठरतात.

जोतीरावांनी केलेल्या इतिहासाच्या पुनर्रचनेची तपशीलवार चर्चा करायचे कारण नाही. त्यांना इतिहास रचावासा वाटला याचे कारणच मुळी वर्तमानकाळात अनुभवयास येणारे सर्वक्षेत्रीय ब्राह्मणी वर्चस्वी, शूद्रातिशूद्रांचे शोषण आणि इंग्रज सरकारची निष्क्रिय अलिप्तता. या सर्व बाबींचे स्पष्टीकरण करणे ही जोतीरावांची गरज आहे. या गोष्टी केवळ योगायोगाच्या किंवा अपघाती नाहीत, तर त्यांना कटकारस्थानांची कारणपरंपरा आहे. त्यामागे दीर्घ संघर्ष दडला आहे हे त्यांना दाखवून द्यायचे आहे व त्यासाठीच इतिहास-लेखनाचा हा खटाटोप.

या संदर्भातही फुले आणि मार्क्स यांच्या विचारांची तुलना करता येते. मार्क्सच्या म्हणण्यानुसार जगाचा इतिहास हा वर्णसंघर्षाचा आहे. जोतीरावांच्या मताप्रमाणे हिंदुस्थानचा इतिहास जातिसंघर्षाचा आहे. समाजाची विभागणी मार्क्स मुख्यत्वे आर्थिक वर्गात करतो. त्यानुसार उत्पादन साधनांचा मालक असणारा शोषक वर्ग व आपल्या मालकीची उत्पादन साधने नसल्यामुळे आपले अंगभूत श्रम मालकांना विकणारा वर्ग

अशी विभागणी मिळते. कोणत्या कालखंडात कोणती उत्पादनसाधने असणार, हे त्या त्या कालखंडामध्ये उपलब्ध होणाऱ्या तंत्रज्ञानावर अवलंबून असते.

मार्क्सने केलेल्या इतिहासाच्या रचनेनुसार प्राचीन प्राथमिक किंवा आदिम साम्यवाद आणि भविष्यकाळात साम्यवादी क्रांतीनंतर येऊ घातलेला (वैज्ञानिक) समाजवाद या दोन अवस्था किंवा टप्पे सोडले तर मधले ग्रीक गुलामगिरी, मध्ययुगीन सरंजामशाही आणि (समकालीन) भांडवलशाही या तिन्ही प्रकारच्या समाजरचनांमध्ये वर्ग आणि वर्गसंघर्ष होते आणि आहेत. ग्रीक गुलामगिरी आणि मध्ययुगीन इतिहासजमा झाले असून, आताची भांडवलशाही क्रांतीच्या माध्यमातून नष्ट करण्याची ऐतिहासिक व अपरिहार्य जबाबदारी कामगार वर्गाची किंवा श्रमिकांची आहे. कामगारांच्या साम्यवादी क्रांतीनंतर भांडवलशाहीचा आणि एकूणच वर्गाधिष्ठित समाजरचनेचा नाश होऊन वर्गविहीन साम्यवादी समाजरचना अस्तित्वात येईल.

एका अर्थाने इतिहासाच्या पहिल्या टप्प्यावरील वर्गविहीन साम्यवादी समाजरचनेची ही पुनःस्थापना असेल. फरक एवढाच की पहिल्या टप्प्यावरील साम्यवाद ही नैसर्गिक अवस्था असून, येणारा साम्यवाद क्रांतिकारकांच्या प्रयत्नातून अस्तित्वात आणली जाणारी अवस्था आहे. प्राथमिक आदिम साम्यवाद हे एक प्रकारचे सुवर्णयुगच असले तरी त्याची कोणी जाणीवपूर्वक स्थापना केलेली नव्हती. ती फ्रेंच तत्त्ववेत्ता रूसो याच्या विचारातील अवस्थेप्रमाणे एक निरागस स्वाभाविक अवस्था होती. उत्पादनसाधनांच्या खासगी मालकीमुळे म्हणजेच खासगी संपत्ती अस्तित्वात आल्याने या सुवर्णयुगाचा अंत झाला. कामगारांच्या क्रांतीनंतर त्या सुवर्णयुगाची जाणीवपूर्वक आणि प्रयत्नपूर्वक पुनःस्थापना होणार आहे.

हिंदुस्थानच्या इतिहासाचे जोतीरावांनी केलेले वाचन रचनात्मकदृष्ट्या असेच काहीसे आहे. त्यानुसार हिंदुस्थानचा इतिहास एकीकडे उच्चवर्गीय ब्राह्मण आणि दुसरीकडे शूद्रातिशूद्र या जातींमधील संघर्षाचा आहे. शूद्रातिशूद्र म्हणजे क्षेत्री हे येथील भूमिपुत्र किंवा आद्य निवासी आहेत. त्यांच्या राज्याचे वर्णन बळीराज्य असे करता येईल. इराणमधून आलेल्या आक्रमक आर्य ऊर्फ ब्राह्मणांनी अनेक वेळा हल्ले करून येथील क्षेत्र्यांचे राज्य जिंकून घेतले. त्यांना गुलाम बनवले आणि त्यांनी निरंतर या गुलामगिरीत राहावे म्हणून धर्माचे अवडंबर उभे केले. शिक्षणापासून वंचित ठेवून त्यांना त्यांचा खरा इतिहास समजूच नये अशी व्यवस्था केली.

या इतिहासाला कलाटणी मिळाली ती इंग्रज राज्यकर्ते आणि ख्रिस्ती मिशनरी यांच्यामुळे. ख्रिस्ती मिशनऱ्यांनी येथील पारंपरिक धर्माचे सत्य स्वरूप उघड करून सांगायला सुरुवात केली व वेगळ्या धर्माचा पर्यायही उपलब्ध करून दिला. ब्रिटिश

राज्यकर्त्यांनी शूद्रातिशूद्रांसाठी शिक्षणाची दारे उघडली. त्यामुळे त्यांच्यात जागृती निर्माण होऊन ते आपल्या हक्कांची मागणी करू लागले व इंग्रज सरकारमुळे त्यांना ते मिळूदेखील लागले.

मार्क्स हा पूर्णपणे निरीश्वरवादी असल्याचे सर्वज्ञातच आहे; पण अशा प्रकारच्या कर्त्याकरवित्या ईश्वराच्या अभावी इतिहासाच्या प्रक्रियेचे नियंत्रण कोण करणार? आणि मुख्य म्हणजे इतिहासाच्या एकूण वाटचालीचे अंतिम उद्दिष्ट काय आहे? इतिहास म्हणजे केवळ आंधळ्या अपघातांची मालिका समजायची की तिला एक सुनिश्चित व पूर्वनियोजित दिशा आहे?

मार्क्सने द्वंद्वात्मक भौतिकवादाचे काही नियम बनवले की जे त्याच्या मतानुसार इतिहासाचे नियंत्रण करतात. त्यांना जणू इतिहासाची नियतीच म्हणा. म्हणजेच इतिहासाला कोणी इतिहासाच्या प्रक्रियेबाहेरून दिशा देत नसून, इतिहासाला त्याची स्वतःची आंतरिक गती असते. त्यामुळे इतिहासाच्या प्रक्रियेला एक पूर्वनियोजित व अपरिहार्य रूप मिळते.

जोतीरावांच्या इतिहासमीमांसेतही इतिहासाला एक विशिष्ट पूर्वनियोजित असे उद्दिष्ट आहे. ते उद्दिष्ट म्हणजे लोकसत्तेची स्थापना. पाश्चिमात्य देशांचा म्हणजे अमेरिका व युरोप खंडातील इतिहासाचा प्रवास असाच झाला आहे; पण जोतीराव मार्क्सप्रमाणे निरीश्वरवादी व भौतिकवादी नाहीत. ते ईश्वर मानणारे आहेत आणि त्यांच्या निर्मितिवादाच्या संकल्पनेवर डेइस्ट विचारसरणीचा प्रभाव असला तरी त्या विचारसरणीची हुबेहूब नक्कल ते करत नाहीत. डेइस्टांचा ईश्वर त्याने एकदा विश्वाची निर्मिती केल्यानंतर विश्वाच्या चलनवलनात हस्तक्षेप करत नाही. ते त्याच्या स्वतःच्याच गतीने पुढे जाते. फुल्यांचा ईश्वर मात्र तेवढा तटस्थ आणि निष्क्रिय नाही. त्याला मानवी समाजात लोकसत्ताक राज्यपद्धती असावी असे वाटते. इतिहासाची वाटचाल त्याच दिशेने चालू आहे. तिच्यात मानवनिर्मित अडथळा आला की ईश्वर हस्तक्षेप करून इतिहासाची गाडी रुळावर आणतो. रोमन लोकांमधील लोकसत्तात्मकता नष्ट करून सीझरने स्वतःच सर्वाधिकारी होण्याचा प्रयत्न केला तेव्हा ईश्वराने ब्रूटसला प्रेरणा देऊन त्याच्या हातून सीझरची हत्या घडवून आणली.

त्याचप्रमाणे भारतातही ब्राह्मणांनी बळीराज्य नष्ट करून शूद्रातिशूद्रांवर जुलूम केले, तेव्हा त्यांच्या पाशातून शूद्रातिशूद्रांची सुटका करण्यासाठी ईश्वराने मुसलमानांना येथे पाठवले. तथापि मुसलमान सत्ताधीश आपले ईश्वरदत्त कर्तव्य विसरून नाचगाण्यात व ऐषआरामात मग्न झाले तेव्हा ईश्वरानेच शूद्रांमधील शिवाजीला पुढे करून त्याच्या करवी मुसलमानांच्या राज्याची इतिश्री घडवली.

ईश्वरी इच्छेने व प्रसंगी हस्तक्षेपाने मानवाच्या इतिहासात अंतिमतः लोकसत्ताक राज्य ऊर्फ बळीराज्य येणार असल्याचा जोतीरावांचा विश्वास आहे. या अर्थाने ते

इतिहासातील अपरिहार्यताच सांगतात. हा ते आणि मार्क्स यांच्यामधील रचनात्मक 'Structual' साम्याचा मुद्दा आहे.

सूक्ष्म विचार केला तर जोतीरावांप्रमाणे मार्क्स सुद्धा लोकसत्तावादीच होता. प्रचलित भांडवली अर्थव्यवस्थेत चालणारी लोकशाही ही खरी लोकशाही नसून, भांडवलदारांच्या नियंत्रणाखालील आभासी लोकशाही असल्याचे त्याचे म्हणणे होते. या भांडवली लोकशाहीनंतर क्रांतीच्या मार्गाने येणारे राज्य हेच खरे लोकसत्ताक व व्यक्तीला पूर्ण स्वातंत्र्य देणारे, तिच्या विकासाच्या सर्व क्षमतांना पूर्ण वाव देणारे राज्य असेल. खरे तर या राज्यातील सरकार हे सत्ता गाजवणारे दमनयंत्र नसेल तर फक्त प्रशासकीय कारभार पाहणारी निरुपद्रवी यंत्रणा असेल.

या अर्थाने मार्क्स हा अराज्यवादी विचारवंत होता. फुल्यांनीही सरकार ही एक नाइलाजाने मान्य करावी लागलेली उपटसुंभ, आगंतुक, परंतु अटळ आपत्ती असल्याची जाणीव व्यक्त केली आहे. पूर्वी याच यंत्रणेच्या आधारे ब्राह्मणांना आपले वर्चस्व टिकवता आले. पण, आता याच यंत्रणेचा ती परकीय असल्याचा लाभ उठवून ते वर्चस्व मोडून काढता येणे शक्य झाले आहे आणि त्यासाठी शिक्षण नावाच्या गोष्टीचा मोठा उपयोग होणार आहे.

यासंदर्भात एका गोष्टीची नोंद घ्यायला हवी. जोतीराव हे इतिहासाचे अभ्यासक वा इतिहासलेखक नव्हते. इतिहासाच्या क्षेत्रात ते शिरले याचे कारण त्यांना वर्तमान परिस्थितीचे स्पष्टीकरण करून ती सुधारण्याचा उपाय शोधून काढायचा होता. वर्तमानाचे स्पष्टीकरण ऐतिहासिक पद्धतीचा अवलंब करून करता आले तर ते अधिक समाधानकारक आणि प्रभावशाली होते हे वेगळे सांगायची गरज नाही. एखाद्या रुग्णाच्या आजाराचे निदान व चिकित्सा करताना डॉक्टर त्याची 'केस हिस्टरी' समजून घेतात. या 'केस हिस्टरी'त रुग्णाच्या घराण्यात चालत आलेल्या आनुवंशिक आजारांचाही समावेश होतो. हीच गोष्ट समाजपुरुषाच्या रोगालाही लागू पडते.

बळीच्या राज्याचे जोतीरावांनी केलेले वर्णन महत्त्वाचे आहे. त्यातून त्यांची आदर्श राज्याची संकल्पना स्पष्ट होते.

पुढे जेव्हा तो एक दोनांचा कैवारी, महापवित्र, सत्यज्ञानी, सत्यव्रत बळीराजा या जगात उत्पन्न झाला, तेव्हा त्याने जो आपणा सर्वांचा उत्पन्नकर्ता व सर्वांचा महापिता त्याचे हेतु मनात धरून त्याने आपणा सर्वांना दिलेल्या सत्यमय पवित्र ज्ञानाचा व अधिकाराचा सर्वांस सारखा उपभोग घेता यावा यास्तव त्याने सर्व भटांसारख्या कृत्रिमी, दुष्ट आणि मतलबी फासेपारध्यांच्या

> दास्यापासून आपल्या दीन व दुबळ्या आणि गांजलेल्या बांधवांना सोडवून देवाचे राज्य स्थापन करण्याची सुरुवात करून...

बळीराजा देवाचे राज्य स्थापन करतो, अशी मूलभूत कल्पना केल्यावर जोतीराव त्याचा संबंध येशू ख्रिस्ताशी लावतात.

> त्या बळीराजास चार दुष्ट लोकांनी सुळावर देवविले. तेव्हा एकंदर सर्व युरोपखंडात मोठी ढवळाढवळ होऊन कोट्यवधी लोक त्याचे मतानुयायी झाले व ते आपल्या उत्पन्नकर्त्याच्या नेमाप्रमाणे या जगात त्याचेच राज्य स्थापावे म्हणून रात्रंदिवस झटू लागले.

इंग्रजांनी भारतात राज्य स्थापन करायला येणे हा याच एका मोठ्या दैवी योजनेचा भाग असल्याचे फुल्यांना वाटते. या व्यापक विश्वेतिहासाच्या कल्पनेमुळे फुले मार्क्सच्या जवळ पोहोचतात. कारण मार्क्सही राष्ट्रवादाला महत्त्व न देता सर्व जगभर श्रमिकांचे राज्य होण्याची भाषा करतो!

गुलामगिरी हा फक्त इतिहास सांगणारा ग्रंथ नाही तर तो वर्तमान गुलामगिरीचे ऐतिहासिक स्पष्टीकरण देणारा ग्रंथ आहे. यामुळे त्यात वर्तमान गुलामगिरीचे वर्णन आणि विश्लेषण पुरेशा प्रमाणात आलेले आहे. ही सर्वंकष गुलामगिरी सार्वजनिक जीवनातील सर्व क्षेत्रांना व्यापून, पुरून उरली आहे. त्यात धर्म, शिक्षण, इतकेच काय तर इंजिनिअर खात्याचाही समावेश आहे. गद्य विवेचन झाल्यावर जोतीराव अभंग रचून त्याच विषयाला कवितेत बांधून अधिक प्रभावी करतात.

सत्यशोधक समाज

*गुलामगिरी*मधील सैद्धान्तिक विवेचनास अनुसरून प्रत्यक्ष कृती करण्यास जोतीरावांनी उशीर केला नाही. २४ सप्टेंबर १८७३ या दिवशी सत्यशोधक समाजाची स्थापना झाली. सत्यशोधक समाजाच्या स्थापनेची प्रक्रिया जोतीरावांचे एक निकटचे सहकारी तुकाराम हनमंत पिंजण यांच्या आठवणीवरून उलगडता येते. त्यानुसार जोतीरावांना आलेल्या अनुभवांना कबीरपंथीय महंत ज्ञानगिरीबुवा यांनी केलेल्या कबीरांच्या बीजक ग्रंथातील विप्रमती प्रकरणाच्या विवेचनावरून पुष्टी मिळाली. पिंजण सांगतात त्याप्रमाणे –

> 'ब्राह्मणापासून ब्राह्मणेतरांची सुटका कशी होईल, हे विचार त्यांच्या मनात खेळू लागले. ते म्हणत की माझ्या एकट्याच्याने ब्राह्मणेतरांची ब्राह्मणांपासून सुटका होणार नाही. मला मंडळी साह्य होईल तर काही करता येईल. त्यावरून

जमत असलेल्या मंडळीने त्यास सहाय्य करायचे आश्वासन दिले. नंतर त्याने विवक्षीत मंडळ स्थापन करून त्या मंडळास एक नाव द्यावे, असे सर्वानुमते ठरविले. या मंडळीस कोणते नाव द्यावे याबद्दल मंडळीत बरीच वाटाघाट झाली. शेवटी सत्-खरे, शोधक = तपास करणारा, मंडळ = समाज, म्हणजे सत्याचा तपास करणारा समाज असे नाव देण्याचे ठरून तारीख २४ माहे सप्टेंबर सन १८७३ रोजी सत्यशोधक समाज स्थापन झाला.'

स्थापनेपूर्वी काही महिने अगोदर दर रविवारी फुल्यांच्या मुशीच्या दुकानात जमून चर्चा करणाऱ्यांची नावेही पिंजणांनी दिली आहेत. त्यात रामशेट उरवणे, विठोबा गुढाळ, कुशबा माळी, धोंडीराम कुंभार, ग्यानोबा झगडे, रामचंद्र व कृष्णराव भालेकर, विनायकराव बाबाजी, बाबाजी मनाजी, स्वतः पिंजण आणि अर्थात ज्ञानगिरीबुवा यांचा समावेश होता. पुणे सत्यशोधक समाजाचे रिपोर्ट उपलब्ध आहेत. त्यावरून या संघटनात्मक कृतीचे स्वरूप व व्याप्ती समजू शकते.

'ब्राह्मण, भट, जोशी, उपाध्ये इत्यादिक लोकांच्या दास्यत्वापासून शूद्र लोकांना मुक्त करण्याकरिता व आपल्या मतलबी ग्रंथांच्या आधारे आज हजारो वर्षे ते शूद्र लोकांस नीच मानून गफलतीने लुटत आले आहेत. यास्तव सदुपदेश व विद्याद्वारे त्यांस त्यांचे वास्तविक अधिकार समजून देण्याकरिता म्हणजे धर्म व व्यवहारासंबंधी ब्राह्मणांचे बनावट व कार्यसाधक ग्रंथांपासून त्यास मुक्त करण्याकरिता काही सुज्ञ शूद्र मंडळींनी हा समाज तारीख २४ माहे सप्टेंबर १८७३ इसवी रोजी स्थापन केला. या समाजात राजकीय विषयांवर बोलणे अजिबात वर्ज्य आहे.'

स्वतः जोतीरावांची सहानुभूती परमहंस सभेला होती व त्या सभेच्या सदस्यांशी त्यांचे चांगले सहकार्यही होते. ही सभा मोडल्यावर निर्माण झालेल्या प्रार्थना समाजाच्या हेतूविषयी त्यांना संशय होता. प्रार्थना समाजाचे सदस्य नेमस्त पद्धतीचे का होईना राजकारण करत. जातिभेदासंबंधी त्याचे धोरण पुरेसे प्रागतिक नव्हते. त्यांचा चेहराच अभिजनवादी होता. त्यामुळे परमहंस सभेची उणीव भरून काढणारा पंथ ही फुल्यांसाठी काळाची गरज होती.

जोतीरावांनी सुरुवातीला समाजाचे खजिनदारपद स्वीकारले होते. विश्राम रामजी घोले, नारायण तुकाराम नगरकर, रामशेट उरवणे असे लोक महत्त्वाच्या पदांवर होते. नंतर खजिनदारपद उरवणे यांजकडे गेले व जोतीराव फक्त सभासद राहिले. नंतरच्या टप्प्यावर

मात्र जोतिराव चिटणीस बनले.

सत्यशोधक समाजाचा प्रारंभिक विस्तार भांबुर्डे (आजचे शिवाजीनगर), पर्वती, हडपसर असा होता. त्यात मुंबईचे लोक मिळाले व मुख्य म्हणजे ओतूर परिसरातील कार्यकर्ते आल्यावर समाजाला बळ प्राप्त झाले. शूद्रातिशूद्रांना शिक्षित करणे, पुरोहितांची मध्यस्थी बंद करणे असे कार्यक्रम समाजाने हाती घेतले. १८७७मधील दुष्काळातही मदतीचे कार्य केले.

जोतीरावांसाठी धार्मिक, शैक्षणिक आणि सामाजिक ही मानवी जीवनाची क्षेत्रे एकमेकांशी संबद्ध असून, त्यांचा परस्परांवर प्रभावही पडत असतो. यात राजकीय क्षेत्राचा समावेश नसतो असे कसे म्हणता येईल? आणि त्याची जाणीव जोतीरावांसारख्या चतुरस्त्र नेत्यास नसावी हे कसे शक्य होईल?

मुद्दा असा आहे की सत्यशोधक समाजाला राजकीय चर्चेपासून म्हणजेच राजकारणापासून अलिप्त ठेवायचा जोतीरावांचा निर्णय हा राजकीय निर्णय होता. तेच त्यांचे राजकारण होते. त्या काळात राजकारण करणे याचा अर्थ हिंदुस्थानातील ब्रिटिश अंमल कोणत्या ना कोणत्या उपायाने संपुष्टात आणणे हा होता. अर्थात ही गोष्ट सोपी नसल्याची कल्पनाही त्यासाठी प्रयत्नशील असणाऱ्यांना होतीच. त्यामुळे हे काम टप्प्याटप्प्याने करण्याकडे त्यांचा कल होता. त्यातूनच पुढे राष्ट्रसभेची म्हणजे इंडियन नॅशनल काँग्रेसची स्थापना झाली. काँग्रेसच्या मागण्या सुरुवातीच्या काळात कितीही निरुपद्रवी व क्षुल्लक वाटत असल्या तरी त्यातूनच केव्हा तरी संपूर्ण स्वातंत्र्याची मागणी पुढे येणार याची जाणीव झाल्यामुळेच धूर्त ब्रिटिश सत्ताधाऱ्यांनी आधी पुढे केलेला मदतीचा हात आखडता घेतला.

या बाबतीत जोतीरावांची आणि सत्यशोधक समाजाची भूमिकाही तितकीच राजकीय म्हणावी लागेल. जोपर्यंत शूद्रातिशूद्र समाज पुरेसा सक्षम होत नाही तोपर्यंत सरकारकडून मिळणारे राजकीय हक्क त्यांच्यापर्यंत पोहोचणार नाहीत. इतकेच नव्हे तर ज्यांच्यापर्यंत ते पोहोचतील ते त्यांच्यावर अशा प्रकारे नियंत्रण ठेवतील की जेणेकरून हे अधिकार खालच्या थरापर्यंत पोहोचूच नयेत. अशा परिस्थितीत या थरातील समाजाला म्हणजेच शूद्रातिशूद्रांना ब्रिटिश सताधाऱ्यांच्या मदतीने अधिकारप्राप्तीसाठी सक्षम करणे अधिक व्यवहार्य ठरेल ही ती भूमिका होय. त्यातूनच उच्चवर्णीयांच्या स्वातंत्र्यलढ्यात भाग घ्यायचा नाही, शिक्षणाचा जास्तीत जास्त प्रसार करायचा, त्याच्याच आधारे सरकारी नोकऱ्या मिळवायच्या हे राजकीय धोरण ठरले आणि निदान माँटेग्यू-चेम्सफर्ड सुधारणांच्या माध्यमातून शूद्रातिशूद्रांसाठी कौन्सिलमध्ये जागा राखीव ठेवल्या जाईपर्यंत सत्यशोधकांची ही भूमिका ठाम होती. दरम्यानच्या काळात मुळात धार्मिक असलेल्या सत्यशोधक समाजाचे शाहू छत्रपतींमुळे ब्राह्मणेतरांच्या सामाजिक, शैक्षणिक चळवळीत

व मॉटेग्यू चेम्सफर्ड सुधारणांनंतर ब्राह्मणेतर या राजकीय पक्षात रूपांतर झाले. या सगळ्या प्रक्रियेत जोतीरावांना अभिप्रेत असलेला मूळ आशय कितपत अबाधित राहिला, किती तडजोडी कराव्या लागल्या, हा वेगळा विषय होईल.

दरम्यानच्या काळात जोतीरावांनी शिक्षणसंस्थेच्या व शाळांच्या कामातून प्रत्यक्ष अंग काढून घेतले असले तरी त्यांचे शिक्षणाकडे दुर्लक्ष मात्र झाले नव्हते. त्यांच्या कार्याची व्याप्ती वाढली होती. तरीही सत्यशोधक समाजाच्या मार्फत विद्यार्थ्यांना शिष्यवृत्त्या देणे, हडपसर येथे शाळा स्थापन करणे, भांबुर्ड्यांत रात्रशाळेची योजना आखणे, बाहेरगावाहून पुण्यात येणाऱ्या विद्यार्थ्यांसाठी बोर्डिंग सुरू करणे असे उपक्रम होत होतेच. स्वतः जोतीरावांनी इतरांसमवेत कापडगंजातील ६ नंबरच्या शूद्रांच्या मुलांच्या सरकारी शाळेत जाऊन त्यांची परीक्षा घेण्याचे कामही समाजाच्या सांगण्यावरून पत्करले व पार पाडले.

हंटर कमिशनपुढील साक्ष

अशा प्रकारे शिक्षणाशी आपला अनुबंध जपणाऱ्या व शिक्षणप्रक्रियेशी अखंड अनुसंधान ठेवणाऱ्या जोतीरावांनी १८८२मध्ये सर विल्यम विल्सन हंटर यांच्या शिक्षण आयोगापुढे साक्ष दिली नसती तरच आश्चर्य ठरले असते.

हिंदुस्थानात ब्रिटिश राजवट स्थापन होण्याच्या अगोदर शिक्षण या बाबीचा सरकार किंवा राज्यसंस्थेशी संबंध नव्हता. ब्रिटिश सत्तेने शिक्षण खाते सरकारी अखत्यारीत घेणे हे मोठे क्रांतिकारक पाऊल ठरले. वर्णव्यवस्थेत अध्यापन हे ब्राह्मणांच्या षट्कर्मांपैकी एक अधिकारवजा कर्तव्य होते. इतरांना जे शिक्षण मिळे ते त्यांच्या जातीच्या व्यवसायानुसार मिळे. विशेषतः हिंदू धर्माचे प्रमाण ग्रंथ म्हणजे अर्थातच वेद ज्या भाषेत आहेत ती संस्कृत भाषा बहुजनांना अगम्य तर होतीच; पण अपवादात्मक कोणाला संस्कृत अवगत असेल तर त्यालाही तो ब्राह्मण नसल्यामुळे वेदांचा अधिकार नसे. थोडक्यात संस्कृत आणि धर्मग्रंथ ही ब्राह्मण वर्णाची मक्तेदारी असल्याने त्या ज्ञानाचा उपयोग करून ते त्याच्या आधारे समाजातील अन्य व्यवहारांवर प्रत्यक्ष अप्रत्यक्ष नियंत्रण ठेवू शकत.

ब्रिटिशांनी सत्तेच्या जोरावर शिक्षणाची दारे सर्वांसाठी उघडली. कोणत्या का हेतूने होईना, ख्रिस्ती मिशनऱ्यांनीही शिक्षण देण्यासाठी कंबर कसून शाळा उघडल्या. संस्कृत आणि वेद यांच्या बाबतीत म्हणाल तर युरोपीय लोकांनी संस्कृत आत्मसात करत वेद वगैरे ग्रंथांचा अभ्यास करून त्यांच्या आधारे इतिहास शोधण्याचे प्रयत्न सुरू केले. त्यामुळे हिंदुस्थानात तुम्हांला संस्कृत भाषेचे ज्ञान नसले आणि वेदांचा अधिकारही नसला तरीही इंग्रजी भाषेच्या द्वारे त्यात काय आहे हे समजून घेणे शक्य झाले. अशी परिस्थिती हिंदुस्थानात यापूर्वी

कधीही उत्पन्न झाली नव्हती. तिचा जेवढा फायदा करून घेता येईल तेवढा घेऊन धार्मिक आणि शैक्षणिकदृष्ट्या स्वावलंबी होण्याचा चंग फुले आणि त्यांच्या सत्यशोधक सहकाऱ्यांनी बांधला. सत्यशोधक समाजाची व वेगवेगळ्या शाळांची निर्मिती हा त्याचाच एक भाग आहे.

या क्षेत्रात काही दशके कार्य करताना आलेल्या अनुभवाच्या आधारे, शैक्षणिक धोरण ठरवण्यासाठी नियुक्त केल्या गेलेल्या कमिशनपुढे साक्ष द्यायला जोतीराव सिद्ध होणारच. त्यांच्यासाठी ती एक संधीच होती.

ब्रिटिश सरकारच्या धोरणामुळे शूद्रातिशूद्रांना शिक्षणाची संधी मिळाली आणि ती त्यांच्यासाठी गुलामगिरीतून सुटका करून घेण्याची सुरुवात ठरली. याबाबत जोतीरावांनी ब्रिटिशांचे ऋण मान्य करण्यात कोठेही कृपणता दाखवली नाही. तथापि ब्रिटिशांचे वर्तमानकाळातील शैक्षणिक धोरण व शिक्षणव्यवस्था यांच्याविषयी ते समाधानी नव्हते. आणखी बरेच काही बाकी आहे, करता येणे शक्य आहे, करायला पाहिजे, अशी त्यांची धारणा होती व तशा त्यांच्या अपेक्षाही होत्या. हंटर आयोगाच्या स्थापनेमुळे या धारणा आणि अपेक्षा सरकारपर्यंत पोहोचवता येतील असे त्यांना वाटले व १९ ऑक्टोबर १८८२ या दिवशी आयोगापुढे अवतीर्ण होऊन त्यांनी आपले निवेदन सादर केले.

हंटरसह एकूण २१ विद्वानांच्या (त्यात ८ हिंदुस्थानी) या आयोगाने हिंदुस्थानातील अनेक शहरांना भेटी देऊन तेथील शिक्षणतज्ज्ञांची मते जाणून घेतली. या विद्वानांमध्ये पुण्यातील सरकारी हायस्कूलचे हेडमास्तर महादेव मोरेश्वर कुंटे आणि डेक्कन एज्युकेशन सोसायटीच्या फर्गसन महाविद्यालयाचे प्राचार्य वा. शि. आपटे यांचाही समावेश होता. आपट्यांची साक्ष ही त्यांच्या एकट्याची नसून ती टिळक-आगरकरादी सहकाऱ्यांच्या मदतीने तयार केली गेली होती. त्यामुळे ती शिक्षणक्षेत्रातील एका प्रवाहाचे प्रतिनिधित्व करणारी आहे. फुले या प्रवाहाच्या विरोधी प्रवाहाचे प्रतिनिधित्व करतात.

कुंट्यांचा उल्लेख यासाठी करावा लागतो की वाङ्मयाच्या क्षेत्रात कुंट्यांनी *राजा शिवाजी* महाकाव्याच्या प्रस्तावनेत बहुजनांच्या आणि बहुजनांच्या मराठी विषयीच्या आपल्या आस्थेची झलक दाखवली होती. त्यांची हीच भूमिका त्यांच्या साक्षीतून प्रगट होईल, अशी अपेक्षा करण्यात काही वावगे नाही. शिवाय चिपळूणकर संप्रदायाशीही त्यांचे पटत नव्हतेच.

तथापि विशेषतः मागासवर्गीय अस्पृश्यांच्या शिक्षणाविषयी उदासीनता दाखवून कुंट्यांनी अपेक्षाभंग केला असेच म्हणावे लागते.

जोतीरावांनी सादर केलेल्या निवेदनात त्यांच्या *तृतीय रत्न*पासूनच्या लेखनातील शिक्षणविषयक मुद्दे सारांशरूपाने समाविष्ट झालेले आहेत, असे म्हणायला काही हरकत नाही.

निवेदनाच्या प्रारंभी जोतीरावांनी आपल्या म्हणजे शिक्षण क्षेत्रातील आपल्या कामाचा थोडक्यात आढावा घेतला आहे. निवेदनातील अगदी वेगळ्या प्रकारच्या मागण्या करणाऱ्या गृहस्थाचा नेमका अधिकार काय आहे, हे आयोगाला समाजासाठी ही ओळख आवश्यकच होती. आपले म्हणणे केवळ पुस्तकी ज्ञानावर आधारित नसून, त्याला अनुभवाचे पाठबळ आहे, हेही जोतीरावांना दाखवून द्यायचे होते.

आपल्या लेखनात वारंवार अधोरेखित केलेल्या एका वास्तवानेच जोतीराव निवेदनाचा आरंभ करतात. ते वास्तव म्हणजे शेतकऱ्यांकडून वसूल करण्यात येणाऱ्या करातून – लोकल फंडातून सरकारला प्राप्त होणाऱ्या रकमेतील फारच थोड्या रकमेचा विनियोग त्या शूद्र शेतकऱ्यांच्या मुलांच्या शिक्षणावरील खर्चासाठी होतो. यातील बराचसा भाग शेतकऱ्यांना पदोपदी नाडणाऱ्या आणि इतकेच काय तर ब्रिटिश सत्तेशी एकनिष्ठ नसणाऱ्या अनुत्पादक लोकांच्या उच्च शिक्षणावर खर्च होतो. ही गोष्ट न्याय्य आणि समर्थनीय नसल्याचे जोतीराव आग्रहपूर्वक प्रतिपादन करतात. या वरच्या थरातील म्हणजेच उच्चवर्णीयांना शिक्षित केले तर ते शिक्षण आपोआपच खालच्या थरापर्यंत झिरपेल हे गृहीतकृत्यच जोतीरावांना मान्य नाही. ब्रिटिश सत्ताधाऱ्यांना येथील समाजव्यवस्थेचे, तिच्यातील जातिभेदांचे आणि ब्राह्मणांच्या स्थानाचे मुळीच ज्ञान नाही, असे त्यांचे निरीक्षण आहे. शेतकऱ्यांकडून वसूल होणाऱ्या करातील निम्मी रक्कम त्यांच्याच मुलांच्या शिक्षणावर खर्च पडली पाहिजे, अशी त्यांची मागणी आहे.

सरकारने शूद्रांच्या आणि अतिशूद्रांच्या मुलांसाठी स्वतंत्र शाळा काढाव्यात, या मुलांना वयाच्या बारा वर्षांपर्यंत शिक्षण सक्तीचे करावे व ते मोफत देण्यात यावे. या शाळांमध्ये ब्राह्मण शिक्षकांच्या नेमणुका न करता शूद्रातिशूद्रांच्या नेमणुका कराव्यात, अशाही मागण्या त्यांनी केल्या आहेत. जातिव्यवस्थेमुळे स्वतःला उच्च आणि विद्यार्थ्यांना कनिष्ठ व म्हणून तुच्छ लेखणाऱ्या शिक्षकांकडून शिकवण्याचे कर्तव्य मनापासून पार पाडले जाणार नसल्याची त्यांना खात्री आहे.

हंटर आयोग बसला त्या काळात ब्रिटिश सरकारच्या दरबारात शिक्षणाच्या 'खासगीकरणा'चे वारे वाहू लागले होते. सरकारने शिक्षणक्षेत्रातील लक्ष काढून घेऊन खासगी संस्थांना शाळा, कॉलेज काढण्यासाठी अनुदान द्यावे, असे हे नवे धोरण होते. पुण्यातील नावाजलेले डेक्कन कॉलेजसुद्धा टिळक-आगरकरांच्या डेक्कन एज्युकेशन सोसायटीकडे सुपूर्द करावे या कल्पनेच्या पुढे गंभीरपणे विचारही झाला होता. जोतिरावांना हे मुळीच मान्य नव्हते. तसे झाल्यास शिक्षण क्षेत्रातील तटस्थतेवर विपरीत परिणाम होऊ शकतो अशी भीती त्यांना होती व त्यांनी ती प्रस्तुत निवेदनात व्यक्तही केली आहे. या संदर्भात नावांचा प्रत्यक्ष उल्लेख करण्यासही ते बिचकत नाहीत. "Private schools such as those of

Mr. Vishnu Shastree Chiploonkar and Mr. Bhave, exist in poona and with adequate grant-in-aid may be rendered very efficient, but they can never supersede the necessity of the high school."

या संदर्भात त्यांची मिशनऱ्यांनी चालवलेल्या शाळांच्या उणिवाही स्पष्ट दाखवल्या आहेत. प्रचलित अभ्यासक्रम समाधानकारक नसल्याने तो प्रत्यक्ष जीवन जगण्याच्या प्रक्रियेत पुरेसा साहाय्यकारक होत नसल्याचे फुले निदर्शनास आणतात. अभ्यासक्रमात शेती आणि आरोग्य यांचा समावेश हवा, अशी त्यांची मागणी आहे.

आज आपण ज्याला बहि:स्थ परीक्षा म्हणतो, त्या पद्धतीचाही पुरस्कार जोतीरावांनी 'Private Studies' या नावाने केला आहे.

जोतीराव मुलींच्या शिक्षणाचा मुद्दा नजरेआड करणे शक्यच नव्हते. ते स्वत: त्यासाठी प्रवाहाच्या विरुद्ध जाऊन प्रयत्नशील होते. निवेदनाच्या समारोपात ते आठवण करून देतात. "In Conclusion, I beg to request the Education Commission to be kind enough to sanction measures for the spread of female primary education on a more liberal scale."

हंटर आयोगास सादर केलेल्या साक्षवजा निवेदनावर सही करताना जोतीरावांनी आपली ओळख व्यापारी, शेतकरी आणि नगरसेवक अशी लिहिली होती. शिवाय त्यांनी सरकारी कंत्राटे वगैरे घेऊन त्या क्षेत्रातील अनुभवही संपादन केला होता. शिक्षक आणि शाळाचालक तर ते पहिल्यापासून होतेच. कंत्राटदार म्हणून बांधकामाची वगैरे कामे करताना त्यांना इंजिनियरिंग खात्यातील ब्राह्मणांच्या वर्चस्वाचाही अनुभव आला. या सर्वांचा परिणाम त्यांच्या निवेदनावर झालेला दिसून येतो.

जोतीरावांनी अमेरिकेत राज्यक्रांतीचा चांगला अभ्यास केला होता. 'No taxation without representation' हे सूत्र घेऊन अमेरिकन लोकांनी ब्रिटिश सत्तेला आव्हान दिले होते. जोतीराव सरकारकडे कराच्या प्रमाणात शिक्षणावर खर्च करण्याची मागणी करतात. न्यायाची आणि समदृष्टीची अपेक्षा करतात.

जोतीरावांच्या ब्रिटिश सत्तेकडून ज्या अपेक्षा होत्या, त्या या सत्तेच्या तात्त्विक भूमिकेमुळे आणि सताधाऱ्यांच्या ख्रिस्ती धर्मामुळे. पण, याचा अर्थ त्यांना प्रत्यक्ष वास्तवाची जाणीव नव्हती असा नाही. ती असल्यामुळेच ते आवश्यक तेथे सरकारवर टीकाही करतात. त्यांनी आयोगाकडे केलेल्या मागण्या रास्तच होत्या आणि लॉर्ड रिपनसारख्या उदारमतवादी व्हाइसरॉयने नियुक्त केलेले हंटरसाहेबही तसेच उदार आणि सहिष्णू होते. तथापि त्यांच्या समितीने केलेल्या शिफारशी जशाच्या तशा न स्वीकारता सरकारच्या सुधारणा समितीने अहवालात बराच फेरफार केला. त्यामुळे खुद्द हंटरसाहेब

तर नाराज झालेच; परंतु जोतीरावांनाही त्यांच्यावर टीका करण्याशिवाय पर्याय उरला नाही. *सार्वजनिक सत्यधर्म* या त्यांच्या मरणोत्तर प्रकाशित झालेल्या पुस्तकात त्यांनी लिहिले, 'हिंदूतील आर्य ब्राह्मणाखेरीज शूद्रादि अतिशूद्र, भिल्ल, कोळी वगैरे लोकांविषयी मि. हंटरसाहेबांना बिलकुल ज्ञान नाही. म्हणून ते तसा वाचाळपणा करत आहेत.' अर्थात असे काही होईल याची चाहूल जोतीरावांना अहवाल प्रसिद्ध व्हायच्या आधीच लागलेली दिसते. *शेतकऱ्याचा असूड*मध्ये त्यांनी लिहिले –

> त्यामध्यें मे. हंटरसाहेब मुख्य सभानायक स्थापतांच त्यांनी आपल्या साथीदारांस बरोबर घेऊन 'निमरॉड' शिकाऱ्यासारखे तिन्ही प्रेसिडेन्सींत आगगाड्यांतून मोठी पायपिटी केली; परंतु त्यांनीं येथील एकंदर सर्व शूद्रादि अतिशूद्र शेतकरी अक्षरशत्रु असल्यामुळें ते कोणकोणत्या प्रकारच्या विपत्तींत संकटें भोगीत आहेत, याविषयीं बारीक शोध काढण्याविषयी शेतकऱ्यांचे घाणेरड्या झोपड्यांत स्वतः जाऊन तेथे आपल्या नाकाला थोडासा पदर लावून, तेथील त्यांचें वास्तविक दैन्य चांगलें डोळे पसरून पाहून तेथील भलत्या एखाद्या अक्षरशून्य, लंगोट्या शेतकऱ्याची साक्षी न घेता हिंदु, पारशी, ख्रिस्ति धर्मांतील बहुतेक सुवाष्णू ब्राह्मणांच्या साक्षी घेण्यामध्यें रंग उडविण्याची बहार करून जागोजागची मानपत्रें बगलेंत मारून अखेरीस आपली पायधूळ कलकत्याकडे झाडली आहे खरी; परंतु त्यांच्या रिपोर्टापासून अज्ञानी शेतकऱ्यांचा योग्य फायदा होईल, असें आम्हांला अनुमान करिता येत नाहीं.

दरम्यान, हंटरची नियुक्ती करणाऱ्या लॉर्ड रिपन यांनी स्थानिक स्वराज्य संस्थांमध्ये हिंदुस्थानी लोकांनी निवडून येण्याचा कायदा केला होता. त्याविषयी जोतीरावांनी याच धोरणाने व अशीच टीका केली. 'त्याचप्रमाणे पूर्वी लॉर्ड रिपन साहेबांनी हिंदूतील शूद्रातिशूद्र, भिल्ल, कोळी वगैरे लोकांविषयी माहिती करून न घेता, एकट्या आर्य भटांना हिंदू समजून त्यास म्युनिसिपालटीचा अधिकार दिल्यामुळे बाकीच्या सर्व अनार्य लोकांना किती त्रास भोगावा लागतो…' याच पुस्तकात जोतीरावांनी पुढे रिपनचा उल्लेख 'पावणेदोन शहाणा गवरनर जनरल' असा केला आहे.

शेतकऱ्याचा असूड

शूद्र आणि अतिशूद्र यांच्या उद्धारासाठी अविरत झटणाऱ्या जोतीरावांना या दोन वर्गांच्या समस्यांमधील साम्यभेद माहीत होते. या दोघांच्याही समस्यांचे मूळ त्यांच्या अज्ञानात

असून, या अज्ञानास ब्राह्मणांनी प्रसृत केलेल्या धर्मकल्पना जबाबदार आहेत. ही त्यांची खात्री होती. तथापि यातील शूद्र वर्ग हा सवर्ण व म्हणून स्पृश्य मानला जात असे. हा वर्ग मुख्यत्वे उत्पादक वर्ग असून, शेती हेच त्याचे मुख्य उत्पादन साधन व उत्पादन कार्य होते. हा शूद्र शेतकरी वर्ग खेड्यापाड्यात पसरला होता.

दुसरा अतिशूद्रांचा वर्ग अस्पृश्य मानला जात असून, त्याचा उत्पादन प्रक्रियेत प्रत्यक्ष सहभाग नसे. त्याच्या मालकीची शेती नसल्याने तो अधिकच परावलंबी होता. जोतीराव स्वत: सवर्ण असले तरी त्यांचा दृष्टिकोण व्यापक व वैश्विक मानवतावादी असल्याने त्यांनी त्यांच्यात कोणताही पंक्तिप्रपंच केला नाही. विशेषत: शाळा काढताना त्यांच्या या दृष्टिकोणाचा प्रत्यय सर्वांना आला होताच. स्वत:च्या मालकीचा पाण्याचा हौद अस्पृश्यांसाठी खुला करणे या त्यांनी केलेल्या कृतीचे महत्त्व समजण्यासाठी त्यानंतर अर्ध्या शतकाने घडलेल्या दोन घटनांचा उल्लेख करणे पुरेसे व्हावे. पहिली घटना म्हणजे डॉ. बाबासाहेब आंबेडकरांनी केलेला महाडच्या चवदार तळ्याचा सत्याग्रह आणि त्यानंतरच्या अर्ध्या शतकानंतर घडलेली दुसरी घटना म्हणजे डॉ. बाबा आढाव यांची 'एक गाव एक पाणवठा' ही चळवळ.

जोतीरावांच्या इतिहासमीमांसेनुसार शूद्र आणि अतिशूद्र हे केवळ स्थानिक, भूमिपुत्र या नात्यापुरते सारखे नाहीत तर त्यांच्यात वांशिक एकताही आहे (एक पाऊल आणखी पुढे जाऊन जोतीराव देशस्थ ब्राह्मणांनाही यात गोवतात.) ज्या शूद्रांमधील काहींनी दीडदोन शतकांपूर्वी राज्यवैभव भोगले ते स्वत:ला 'खासा मराठे' वगैरे म्हणवतात. ते चुकीचे आहे. (जोतीराव त्यांचा उल्लेख शूद्र संस्थानिक म्हणून करतात.) असले तरी हे सर्व शूद्र मुख्यत्वे शेतकरी असल्यामुळे त्यांचे प्रश्नही सारखे आहेत. जोतीराव त्यांच्यामधील अंतर्गत सूक्ष्म भेदही सांगायला विसरत नाहीत. शुद्ध शेतकरी अथवा कुणबी, माळी व धनगर हे तीन शूद्र शेतकरी एकाच जातीचे असावेत. माळ्यांनी शेतीला बागायतीची जोड दिली तर धनगरांनी पशुपालनाची!

हा शूद्र शेतकरी वर्ग 'राष्ट्राचा खराखुरा पोशिंदा आणि आधारस्तंभ (Life and Sinews) असल्याचे मत जोतीरावांनी हंटर आयोगापुढील साक्षीत नोंदवलेले होतेच. स्वत: जोतीरावही याच वर्गाचे होते. त्यामुळे त्यांच्या समस्यांकडे त्यांचे लक्ष जाणे स्वाभाविकच म्हणावे लागेल. आपल्या पहिल्या कृतीपासून म्हणजे तृतीय रत्नपासून जोतीराव शेतकऱ्यांच्या प्रश्नांवर लक्ष केंद्रित करताना दिसतात. *शेतकऱ्याचा असूड* ही त्यांची कृतीही शेतकऱ्यांच्या समस्यांना वाहिलेली आहे. शूद्र शेतकऱ्यांच्या बचावाकरिता आपण असूड लिहिणार असल्याची कल्पना जोतीरावांनी त्यांचे मित्र मामा परमानंद यांना १८७८मधील भेटीत दिली होती. ग्रंथाचे पूर्ण किंवा अंशत: जाहीर वाचन त्यांनी

पुणे, ठाणे, जुन्नर, ओतूर, हडपसर, वांगणी, माळ्याचे कुरूळ अशा ठिकाणी केले होते. बडोदे येथे जाऊन त्यांनी हा ग्रंथ महाराजा सयाजीराव गायकवाड यांना वाचून दाखवला होता. महाराजांनी त्यांची यथोचित संभावनाही केली होती. ग्रंथलेखन चालू असताना जोतीरावांची त्यातील विषयासंबंधी वेगवेगळ्या लोकांशी चर्चाही होत असे. त्यापैकी खासा मराठी म्हणवणाऱ्या गृहस्थाशी आणि एका कबीरपंथीय साधूशी झालेली चर्चा त्यांनी ग्रंथात समाविष्ट केली आहे.'

'असूडा'चे लेखन १८८३मध्ये पूर्ण झाले व त्याचे पहिले दोन भाग नारायण मेघाजी लोखंडे या मुंबई येथील जोतीरावांच्या सहकाऱ्यांनी आपल्या दीनबंधू पत्रात छापले. मात्र, जोतीरावांची कडक भाषा आणि विशेषतः त्यांनी सरकारी धोरणावर केलेली टीका पाहून की काय, उरलेले तीन भाग प्रकाशित करायला लोखंड्यांनी नकार दिला. (या प्रकारामुळे जोतीरावांनी लोखंड्यांवर टीकाही केली होती व उभयतांच्या संबंधात व्यत्ययही आला होता.)

लोखंडे यांना सदर मजकुरामुळे आपल्यावर बदनामीच्या खटल्याला तोंड देण्याची वेळ येईल अशी भीती होती आणि ती समजून घेता येण्यासारखी आहे. अशी वेळ टिळक आणि आगरकर यांच्यावर येऊन फार दिवस झाले नव्हते. करवीर छत्रपती चौथे शिवाजी यांच्या, ब्रिटिश अंमलदार व देशी कारभारी यांजकडून होत असलेल्या छळाविरुद्ध आवाज उठवल्याबद्दल या दोघांनी अनुक्रमे *मराठा* व *केसरी* या (इंग्रजी आणि मराठी) पत्रांमधून आवाज उठवला होता. त्यातून त्यांना ९९ दिवसांची शिक्षा झाली. ऑक्टोबर १८८२मध्ये शिक्षा संपवून ते डोंगरीच्या तुरुंगातून बाहेर पडले, तेव्हा त्यांचे स्वागत व सत्कार करण्यात लोखंड्यांनीच पुढाकार घेतला होता. तशी वेळ आपल्यावर येऊ नये असे वाटल्यानेच की काय, त्यांनी 'असूडा'चे प्रकाशन मध्येच थांबवले असणार हे उघड आहे.

पुस्तकाद्वारे शूद्र शेतकऱ्यांचे प्रबोधन करण्याची जोतीरावांची इच्छा असणार हे उघड आहे; पण शेतकऱ्यांच्या समस्यांकडे ब्रिटिश सरकारचे लक्ष जाणेही तितकेच महत्त्वाचे होते. त्यामुळे त्यांनी पुस्तकाच्या हस्तलिखित प्रती हिंदुस्थानचे व्हाइसरॉय लॉर्ड डफरिन तसेच मुंबई इलाख्याचे गव्हर्नर रिचर्ड टेंपल यांनाही पाठवल्या होत्या.

उपोद्घातात जोतीरावांनी त्यांचे निरीक्षण नोंदवले आहे, की ज्यामुळे ते या लेखनास प्रवृत्त झाले.

'जगातील एकंदर सर्व देशांचे इतिहास एकमेकांशी ताडून पाहता हिंदुस्थानातील अज्ञानी व देवभोळ्या शूद्र शेतकऱ्यांची स्थिती मात्र इतर

देशातील शेतकऱ्यांपेक्षा निकृष्ट अवस्थेस पात्र होऊन केवळ पशूपलीकडचे मजलशांस जाऊन पोहोचली, असे दिसून येते.'

कार्ल मार्क्सच्या मांडणीमध्ये ज्याप्रमाणे भांडवलशाही उत्पादन व्यवस्थेतील श्रमिक केंद्रस्थानी आहे, त्याप्रमाणे जोतीरावांच्या मांडणीत हिंदुस्थानी उत्पादन व्यवस्थेतील शेतकरी केंद्रस्थानी आहे, असे म्हणता येईल. मार्क्सचा परिप्रेक्ष्य व विवेचन युरोपकेंद्रित असले तरी आशिया खंडातील देशांमधील अर्थव्यवस्थेच्या वेगळेपणाचे त्याला भान होते. या व्यवस्थेसाठी त्याने 'आशियाई उत्पादनपद्धती' (AMP - Asiatic mode of production) असा शब्दप्रयोगही केला होता. तो आणखी थोडा खोलात जाता, तर त्याला भारतातील उत्पादनव्यवस्थेचे वेगळेपणा, नव्हे एकमेवाद्वितीयत्व लक्षात आले असते. जातिव्यवस्था हे येथील उत्पादनव्यवस्थेचे व्यवच्छेदक होते. या प्रकारच्या उत्पादन व्यवस्थेतील उत्पादक शूद्र शेतकऱ्यांची अवनत किंवा खचलेली अवस्था हा जोतीरावांच्या विश्लेषणाचा विषय आहे. जसा युरोपीय भांडवलशाही व्यवस्थेतील उत्पादक कामगाराची दुःस्थिती मार्क्सच्या वर्णनाचा व विश्लेषणाचा. हे खचलेपण किंवा अनर्थ मुख्यत्वे आर्थिक असल्याचे त्यांनी स्पष्टपणे सांगितले आहे. उपोद्घाताची सुरुवातच मुळी एका सूत्ररूप महावाक्याने होते.

खरे तर जोतीरावांचे एकूणच साहित्य या सूत्रांचा विस्तार आहे, असे म्हटले तर अतिशयोक्ती होणार नाही.

विद्येविना मति गेली
मतीविना नीती गेली
नीतिविना गती गेली
गतीविना वित्त गेले
वित्ताविना शूद्र खचले
इतके अनर्थ एका अविद्येने केले

'असूड'मध्ये (आणि नंतर 'इशारा'मध्येही) शूद्रांच्या खचलेपणाचे म्हणजे दुःस्थितीचे विदारक वर्णन वाचायला मिळते. त्यांच्या या खचलेपणाचे कारण आर्थिक असल्याचे जोतीराव सांगतात. 'वित्ताविना शूद्र खचले'; पण वित्त तरी का जावे? वित्त गेले ते गतीच्या अभावी.

अर्थप्राप्ती व्हायची असेल तर नाना प्रकारचे उद्योगव्यवसाय करावे लागतात. उपक्रम करावे राबवावे लागतात. योजना आखाव्या लागतात. त्यासाठी पुरेसे स्वातंत्र्य

असावे लागते. अशा प्रकारची गती जातिबद्ध समाजात संभवत नाही. ती व्यवस्था मध्ययुगाशी जोडली गेली असून, तिच्यात एक प्रकारची जडशीलता, जरठपणा आहे. ती Stagnant झाली आहे, कुंठीत बनली आहे, असे मार्क्ससह अनेक विद्वानांनी सांगितले आहेच.

खरे तर गतीच्या या अभावाचे कारण जातिव्यवस्था हे आहे. जातिव्यवस्थेत प्रत्येक जातीत एक ठरावीक व्यवसाय असतो. त्यापेक्षा वेगळा व्यवसाय करण्याची मुभा जातीच्या सदस्याला नसते, मग भले तो दुसरा व्यवसाय करण्यास कितीही सक्षम किंवा पात्र असो. एखाद्याने तसा प्रयत्न केला तरी त्याला प्रचंड विरोध होतो. मुख्य म्हणजे असा कर्मसंकर होऊ न देण्याची जबाबदारी धर्माने राज्यसंस्थेवर– राजावर– टाकली होती. ती नीट निभावली नाही तर त्याने राजधर्माचे नीट पालन केले नाही, असे होते आणि त्याला त्याचे पातक लागल्याशिवाय राहत नाही! थोडक्यात, जातिव्यवस्थेला राजसत्तेचे संरक्षण आणि धर्मसत्तेचे समर्थन आहे. मन्वादि स्मृतिग्रंथांनी तर ही एकूणच व्यवस्था ईश्वरनिर्मित असल्याचा दावा केला होता!

व्यक्तीच्या गतिशीलतेचा म्हणजेच कार्यक्षमतेचा कोंडमारा करणारी ही व्यवस्थाच अनैतिक असल्याचे जोतीरावांचे म्हणणे असल्याने ते नीतीविना गती गेली असे म्हणतात. एकाच ईश्वराची संतती असणारे सर्व मानव समान दर्जाचे व म्हणून समान अधिकाराचे असल्याचे जोतीरावांचे म्हणणे असल्याने कोणत्याही प्रकारचा भेद करून कोणाच्याही स्वातंत्र्याचा संकोच करणे हे त्यांच्या मते अनैतिक कृत्य आहे. या अनैतिकतेमुळे म्हणजेच नीतीविना मती गेली.

या संदर्भात एक गोष्ट समजून घेतली पाहिजे की, जोतीरावांनी प्रस्तुत केलेल्या अनर्थाच्या कारणपरंपरेतील नीतीचा अभाव हा एकच घटक शूद्र शेतकऱ्यांशी निगडित नाही. खचले ते शूद्र, वित्त गेले शूद्रांचे, गती गेली शूद्रांची, नीती मात्र शूद्रांची गेलेली नाही. ते त्यांच्याविरुद्ध केल्या गेलेल्या अनैतिक कारस्थानाला बळी पडले. शूद्रांची गती म्हणजे कर्माची कक्षा अत्यंत संकुचित व मर्यादित असल्यामुळे त्यांना अनैतिक कृत्ये करायलासुद्धा फारसा वाव नव्हता, हे लक्षात घ्यायला हवे.

उच्चवर्णीयांच्या अशा अनैतिक कारस्थानाची कल्पना शूद्रांना कशी आली नाही, त्यांनी त्याचा प्रतिकार का केला नव्हता, हे लक्षात घ्यायला हवे. जोतीरावांचे उत्तर आहे, की तसे करण्यासाठी जी बुद्धी लागते तीच झाकोळली गेल्यामुळे त्यांना ते समजले नाही. मतीविना नीती गेली.

मती भ्रष्ट होण्याचे कारण म्हणजे अविद्या. अविद्या किंवा अज्ञान हे शूद्रांच्या अनर्थपरंपरेचे आदिकारण आहे. या परंपरेत सहा घटक किंवा दुवे आहेत.

गौतम बुद्धांनी मानवी दुःखाचे केलेले विश्लेषण 'द्वादशनिदान' या नावाने प्रसिद्ध आहे. प्रत्येकाला दुःख भोगावे लागते. दुःख ही समस्या किंवा व्याधी आहे, असे समजून बुद्धांनी त्याची कारणपरंपरा एकूण बारा दुव्यांच्या शृंखलेच्या भाषेत मांडली. त्या शृंखलेतही आदिकारण अविद्या हेच आहे.

दुसरीकडे वेदान्त तत्त्वज्ञानातसुद्धा अविद्येलाच संसार दुःखाचे किंवा बंधनाचे मूळ कारण मानण्यात आले आहे.

बुद्ध आणि शंकराचार्य यांच्यापेक्षा जोतीरावांच्या मीमांसेचे वेगळेपण सांगायचे झाल्यास असे म्हणता येईल की, बुद्ध आणि शंकराचार्य दोघांपुढील समस्या व्यक्तीच्या दुःखाची आहे. जोतीरावांचा संबंध सामाजिक, निदान सामूहिक अनर्थाशी आहे. तसेच उपरोक्त दोघांपुढील समस्या आध्यामिक स्वरूपाची आहे. जोतीरावांच्या पुढील समस्या मुख्यत्वे भौतिक स्वरूपाची आहे. पारंपरिक तत्त्वज्ञानातील विशेषतः वेदांतील अविद्या ही अनादि आहे. जोतीरावांची अविद्या अनादि नसून, ऐतिहासिक काळातील विशिष्ट बिंदूवर निर्माण झालेली आहे.

'असूडा'च्या पहिल्या प्रकरणात जोतीराव धर्मरूप चरकांचे वर्णन करून ब्राह्मण या चरकातून शेतकऱ्यांना कसे पिळून काढीत आहेत, याचे वर्णन करतात. ब्राह्मणी हिंदू धर्मातील कर्मकांड आणि अंधश्रद्धा यांच्यावर जोतीराव टीकेची झोड उठवतात. या प्रकाराचे जोतीरावांनी दिलेले तपशील लक्षणीय आहेत. त्याच अनुषंगाने त्यांनी पेशवाईच्या कारभाराचीही आर्थिक चिकित्सा त्यांनी केली आहे.

सद्यःकालीन ब्रिटिश सरकारलाही जोतीराव सोडत नाहीत.

> 'या वहिवाटी आमचे भेकड इंग्रज सरकार जशाच्या तशाच आज दिवसपावेतो चालू ठेवून त्याप्रीत्यर्थ कष्टाळू शूद्रादि अतिशूद्र शेतकऱ्यांचे निढळाचे घामाचे पट्टीचे द्रव्यातून हजारो रुपये दरसाल खर्ची घालते.'

या अवतरणातील इंग्रज सरकारसाठी त्यांनी 'भेकड' हे शेलके विशेषण वापरले आहे. त्याचा व दुसऱ्या प्रकरणात त्यांनी गोऱ्या अधिकाऱ्यांवर केलेल्या, ते ऐषआरामात, ख्यालीखुशालीत व शिकारस्वाऱ्यात गुंग असल्याच्या आरोपाचा बहुधा लोखंड्यांनी धसका घेऊन पुढची तीन प्रकरणे न छापण्याचा निर्णय घेतला असावा.

'असूडा'च्या दुसऱ्या प्रकरणात जोतीरावांनी शूद्र शेतकऱ्यांच्या आर्थिक दुर्दशेची चिकित्सा केली आहे. ब्रिटिश सत्तेच्या उदयापूर्वी महाराष्ट्रातील लोकांचे राज्य हिंदुस्थानभर पसरले होते व त्या अवाढव्य राज्ययंत्रात शेतकऱ्यांचा जवळपास घरटी एक तरी व्यक्तीला कोणत्या ना कोणत्या प्रकारचा रोजगार उपलब्ध होत असे. ब्रिटिश राज्यात

हे सर्व बंद होऊन सर्वच शेतकऱ्यांचा बोजा शेतीवर पडला. ब्रिटिश सरकारने नवे फॉरेस्ट खाते काढल्यामुळे शेतकऱ्यांच्या जनावरांना चाराही मिळेनासा झाला. शूद्रातिशूद्रांतील जे कसबी किंवा हुनरबाज कारागीर होते, त्यांचे व्यवसाय विलायतेतून स्वस्तात येणाऱ्या मालामुळे बसले.

दरम्यान, लोकसंख्येतही वाढ झाल्यामुळे शेतीचे हिस्सेही वाढू लागले. त्यामुळे जमिनीच्या वाटपावरून वगैरे कोर्टकचेऱ्या होण्याचे प्रमाण वाढले. कज्जेदलालीच्या या प्रक्रियेत गावच्या कुलकर्ण्यांपासून ते तालुक्यातील मामलेदारमुन्सफ-न्यायाधीशांपर्यंत, वकिलांसह जवळपास सर्व लोक ब्राह्मण असल्याने त्यांच्याकडून शेतकऱ्यांचे प्रत्येक पातळीवर शोषण व फसवणूक होऊ लागली. या सर्व गैरप्रकारांवर देखरेख होऊन ठेवून ते काबूत आणायचे काम खरे तर उच्चपदस्थ ब्रिटिश अधिकाऱ्यांचे. पण, ते तर ख्यालीखुशालीत आणि चैनचंगळीत दंग! त्यामुळे शेतकऱ्यांना कोणीच वाली उरला नाही.

> ‘सारांश अस्मानीसुलतानीपासून पडलेल्या दुष्काळापासून तसेच टोळांच्या तडाख्यापासून होणारे नुकसान केव्हातरी भरून येते; परंतु एकंदर सर्व लहानमोठ्या सरकारी खात्यात बहुतेक युरोपियन कामगार ऐषआरामात गुंग असल्यामुळे त्या सर्व खात्यात भर पडून ते कोकणातील ब्राह्मण खोतासारखे येथील सर्व अक्षरशून्य शेतकऱ्यांचे जे नुकसान करतात, ते कधीही भरून येण्याची आशा नसते.’

अभंगातील ओळ वापरून सांगायचे झाल्यास ब्रिटिश प्रशासनव्यवस्थेच्या पोलादी चौकटीची कितीही वाहवा होवो, शेतकऱ्यांच्या दृष्टीने *‘धूर्त चिटणीसाच्या पुढे। काय कलेक्टर बापुडे।।* हाच त्या राज्ययंत्राचा निष्कर्ष निघतो!

शेतकऱ्यांच्या या आर्थिक दुरवस्थेचे कारण अविद्या किंवा अज्ञान असून, हंटरसाहेब ते घालवण्यासाठी काही तजवीज करत नाहीत यांची खात्री झालेले फुले साहेबांना सल्ला देतात, त्यांनी

> ‘आपल्या कामाचा राजीनामा देऊन स्वतः दीनदुबळ्या अज्ञानी शेतकऱ्यांचे आळीपाळीनें खटाऱ्यात बसून त्यांस अज्ञानांधःकारापासून मुक्त करण्याचे खटाटोपीचा प्रसंग आणला नाहीं म्हणजे त्यांच्या (हंटरसाहेबांच्या) नौबतीचा डंका वाजेल व त्यांचा आवाज पाताळच्या प्रजासत्ताक राज्याच्या प्रतिनिधींच्या कानीं पडतांच त्यांचे डोळे उघडून त्यांच्या अंतःकरणात आमचे दीनबंधू काळे लोक ‘रेड इंडियन्स’ यांजविषयी दया उद्भवेल.’

या ठिकाणी जोतीरावांनी केलेला अमेरिकेचा उल्लेख ब्रिटिश सत्ताधाऱ्यांना झोंबला असणार. येथील ब्रिटिश सत्ताधारी, शोषितपीडित शेतकऱ्यांच्या प्रश्नासंबंधी उदास किंवा बेपर्वा आहेत आणि म्हणून जोतीराव अमेरिकनांना साकडे घालत आहेत, हा ब्रिटिश सत्ताधाऱ्यांना एक प्रकारचा इशाराच आहे. एरवी ब्रिटिशांची लोकशाही ही तिच्यात राजा, उमराव असे सरंजामी घटक समाविष्ट असल्यामुळे अस्सल नसून, भेसळीची व अमेरिकेतील लोकशाही अस्सल निर्भेळ असल्याचे त्यांचे मत होतेच.

'असूडा'च्या तिसऱ्या प्रकरणात जोतीराव एकूणच मानवजातीतील व त्यानुसार हिंदुस्थानातील लोकशाहीचा प्राथमिक लोकसत्तेपासून तिच्यापासून च्युत होऊन दुःखी होण्याचा इतिहास साररूपाने सांगतात. त्यात आर्यांनी आक्रमण करून येथील दस्यूंना गुलाम केल्याचा भाग आलेला आहेच. 'पुढे हा देश मुसलमानांनी काबीज करून ते दिवसा गाण्याबजावण्यात मग्न व रात्री जनानखान्यात लंपट झाले.' याची नोंद करून जोतीराव 'महाकुशल इंग्रजांनी मुसलमानांच्या पगड्यावर घणे मारून हा देश सहज आपल्या बगलेंत मारला.' या एका वाक्यात ब्रिटिश अमलापर्यंत येतात. मात्र, ब्रिटिशांनी शेतकऱ्यांना अपेक्षित व पुरेसा न्याय दिला नाही, हे सत्य परखडणे सांगायला विसरत नाहीत.

> यामध्यें त्यांनीं मोठा पुरुषार्थ केला, असें मी म्हणत नाहीं. कारण येथील एकंदर सर्व प्रजेपैकीं एक दशांश ब्राह्मणांनीं आपल्या कृत्रिमी धर्माच्या आडून लेखणीच्या जोरानें, धर्म व राजकीय प्रकरणीं बाकीच्या नऊ दशांश लोकांस विद्या, ज्ञान, शौर्य, चातुर्य व बल याहींकरून हीन करून ठेविलें होते; परंतु यापुढें जेव्हां इंग्रज लोकांस नऊ दशांश शूद्रादि अतिशूद्र लोकांचा स्वभाव सर्व कामांत रानटी व आडमुठेंपणाचा असून, ते सर्वस्वी ब्राह्मणांचे धोरणानें चालणारें, असें त्यांच्या प्रचितीस आलें, तेव्हा त्यांनीं महाधूर्त ब्राह्मणांस नाना प्रकारच्या लालची दाखवून एकंदर सर्व कारभार त्यांजकडे सोपवून आपण सर्व काळ मौल्यवान वस्त्रें, पात्रें, घोडे, गाड्या व खाण्यापिण्याच्या पदार्थांत लंपट होऊन, त्यामध्यें मन मानेल तसे पैसे उधळून एकंदर सर्व युरोपियन व ब्राह्मण कामगारांस मोठमोठ्या पगाराच्या जागा व पेनशनें देण्यापुरतें महासूर द्रव्य असावें या हेतूनें कोरड्या ओल्या कोंड्याभोंड्यांच्या भाकरी खाणाऱ्या, रात्रंदिवस शेतीं खपणाऱ्या कष्टाळू शेतकऱ्याच्या शेतीवर दर तीस वर्षांनीं, पाहिजेल तसे शेतसारे वाढवून, त्यांच्या अज्ञानी मुलांबाळांस विद्या देण्याची हूल दाखवून, त्या सर्वांच्या बोडक्यावर लोकलफंड या नांवाचा दुसरा एक कराचा बोजा लादला.

याशिवाय ब्रिटिश सरकारने मिठावर कर लावला. कालवे वगैरे काढण्याच्या निमित्ताने कर्जाचा बोजा शेतकऱ्यांच्या माथ्यावर मारून पाण्याचे दर भरमसाट वाढवले असल्याचेही जोतीराव निदर्शनास आणतात. इंजिनिअरिंग खात्याचे इंग्रज इंजिनिअर व ब्राह्मण कामगार पाण्यासाठी शेतकऱ्यांना कसे नडतात, हेही ते सांगतात. त्यांच्यापेक्षा पूर्वीचे देशी राजे -राजवाडे याबाबतीत तरी बरे होते हेही सांगायला विसरत नाहीत. या राजांनी लोकोपयोगी अशी अनेक बांधकामे करून ठेवली आहेत.

शेतकऱ्यांच्या विक्रीच्या मालावर जबरदस्त जकात घेणाऱ्या म्युनिसिपालट्यांवरही फुले जोरदार टीकाप्रहार करतात. इतकेच नव्हे तर त्यांच्या उलट

> महासमुद्राचे पलीकडील आमच्या महाज्ञानी, चार चार घोड्यांच्या चारटांत बसून फिरणाऱ्या मेंढपाळ स्टेट सेक्रेटरीस, शेतकऱ्यांचें पोकळ ऐश्वर्य जेव्हा पाहवेना, तेव्हां त्यांचीं तेथील कसबी लोकांनीं तयार केलेल्या विलायती जिनसांवर अजिबात जकात काढून टाकली. येथें त्यांनीं आपल्या शहाणपणाची कमाल केली.

सरकारने हिंदुस्थानातील शेतकऱ्यांनी स्थानिक देशी सावकारांकडून काढलेल्या कर्जावरील व्याज माफ करण्याचे पाऊल उचलले होते. त्यातील ढोंगबाजीही जोतीराव उजेडात आणतात. येथील 'गरीब बापड्या तुटपुंज्या' सावकारांचे व्याज खुंटविण्याचेच सोंग करणारे सरकार विलायती सावकारांचे एक अब्ज रुपयांवरील कर्ज का माफ करत नाही, हा त्यांचा खडा सवाल आहे. सरकारी कामगारांच्या पगारात व पेन्शनमध्ये कपात करायची त्यांची सूचना आहे. 'कलेक्टर हा बेलगामी किरकोळ खर्च करणारा नबाबच होय' हा त्यांचा शेरा खोचक आहे.

आपल्या विवेचनास नाट्यमयता व अनुषंगाने परिणामकारकता आणण्यासाठी जोतीराव एकीकडे गरीब शूद्र शेतकरी व दुसरीकडे गबर पगार-पेन्शन खाणारा युरोपीय अधिकारी यांच्या राहणीमानांची तुलना करतात. ही तुलना हे चित्र पाहा आणि ते चित्र पाहा या प्रकाराची झाली आहे.

ब्राह्मणांनी चालवलेल्या पुण्यातील सार्वजनिक सभेसारख्या संस्थांच्या शेतकऱ्यांच्या परिस्थितीविषयक अहवालावर सरकारने मुळीच विश्वास ठेवू नये, असेही जोतीराव बजावतात. शेतकऱ्याला विश्वासात घेऊन त्याच्या डोक्यावरील शेतसारा, टोल वगैरे पट्ट्या कमी न केल्यास थोड्याच काळात या जुलमाचा परिणाम फार भयंकर होणार आहे, असे आमच्या ऐषआरामी उधळ्या सरकारच्या कानात सांगून या प्रसंगी पुरे करितो, असा तिसऱ्या प्रकरणाच्या समारोप पुरेसा प्रक्षोभक नाही, असे कोण म्हणेल?

चौथ्या प्रकरणात जोतीराव शेतकऱ्यांच्या हलाखीचे आणखी तपशीलवार व नाट्यमय शेतीने वर्णन करतात. या प्रकरणाचे वैशिष्ट्य असे की, ब्रिटिश राज्यकर्ते शेतकऱ्यांना विद्या देऊन शहाणे करण्यास टाळाटाळ का करतात याची मीमांसा, सांप्रत हिंदुस्थानातील लक्ष्मी (संपत्ती) सातासमुद्रापार विलायतेत गेली आहे हे तेव्हाचे प्रचलित रूपक वापरून जोतीराव करतात.

> शेतकरी विद्वान झाल्याबरोबर ते आपल्या खांद्यावर असूड टाकून लक्ष्मीस पुढे घालून आपल्या घरी आणून नांदावयास लावण्याकरिता कधी मागेपुढे पाहणार नाहीत. या भयास्तव ते शेतकऱ्यांस विद्वान करत नाहीत. कारण तसे घडून आल्यास त्या सर्वांस दोम दोम अमेरिकेत जाऊन तेथे रात्रंदिवस कष्ट करून आणखी पोटे भरावी लागतील.

कंटर, टेंपल, डफरिन अशा हिंदुस्थानातील इंग्रज प्रशासकांवर टीका करणारे जोतीराव या प्रकरणात आणखी एक पाऊल पुढे जातात. ग्लॅडस्टन तेव्हा इंग्लंडचे मुख्य प्रधान होते आणि ब्रिटिश संसदेचे सदस्य हेन्री विल्यम फॉसेट नेहमी भारतातील दरिद्री जनतेचे प्रश्न संसदेत मांडत असत. जोतीराव लिहितात,

> हल्लीं हिंदुस्थानाविषयीं लंडनांत रात्रंदिवस बडबड करण्यापेक्षां मे. फासेटसाहेबांनीं मे. ग्ल्याडस्टनसाहेबांसारख्या डोळसास कसेही करून आपल्याबरोबर घेऊन येथें आल्याबरोबर, त्या उभयतांनी एक-दोन आठवडे महारामांगांच्या झोपडींत राहून त्यांची हल्लींची स्थिती स्वतः आपल्या डोळ्यांनीं पाहिल्याबरोबर ते पुन्हा इंग्लंडात बडबड करण्याकरितां परत न जातां परभारां अमेरिकेत पळून न गेल्यास, भटाब्राह्मणांच्या पोरासोरांनीं खुशाल माझ्या लेखनावर पाहिजे तशा कोट्या करून आपल्या वर्तमानपत्रांसह मासिक पुस्तकांनी छापून बेलाशक आपलीं पोटें भरावींत.

चौथ्या प्रकरणाचा सारांश सांगायचा झाल्यास, 'एकंदर सर्व सरकारी खात्यांपैकीं एकसुद्धां खातें सांपडणार नाहीं कीं, ज्यामध्यें भट पडले नाहींत. या सर्व अनिवार दुःखांचा पाया आजपर्यंत हजारों वर्षांपासून ब्राह्मणांनी शूद्र शेतकऱ्यांस विद्या देण्याची बंदी केली हा होय.' शेतकऱ्यांच्या मुलांना शिक्षण सक्तीचे करावे आणि त्यांच्यामधूनच शिक्षक तयार करावेत हा उपाय यावर जोतीराव सुचवतात.

पुस्तकाच्या पाचव्या प्रकरणात शेतकरी आणि ब्राह्मण यांच्यातील संबंधाबद्दल जोतीराव विवेचन करतात. एकोणिसाव्या शतकाच्या दोन-तीन दशकांत ब्राह्मण

समाजातून कर्तबगार कार्यकर्ते नेते निपजून त्यांनी धार्मिक सामाजिक व राजकीय सुधारणा करण्यासाठी वेगवेगळ्या संस्था काढायचा जणू सपाटा लावला होता. काहींनी प्रामाणिकपणे तर काहींनी धोरण म्हणून ब्राह्मणेतरांना बरोबर घेऊन जाण्याचे प्रयत्न सुरू केले होते. जोतीरावांना अशा प्रकारचे वरवरच्या मलमपट्टीचे कामचलाऊ उपाय पसंत नव्हते. त्यांना समाजात आमूलाग्र क्रांती हवी होती. आजपर्यंतचा इतिहास पाहता अशा अर्ध्याकच्च्या प्रयत्नातून काही निष्पन्न होईल असे त्यांना वाटत नव्हते. भरीत भर म्हणून सत्यशोधक समाजाशी संलग्न असलेले डॉ. विश्राम रामजी घोले, गंगारामभाऊ म्हस्के वकील असे लोक समाजापासून दुरावले जाऊन अभिजनांचे सहकार्य घ्यावे व त्यांच्याशी सहकार्य करावे या मताचे होऊन तसे करूही लागले होते. विशेषतः ब्रिटिशांच्या पारतंत्र्यपाशातून देशाला मुक्त करण्याची कल्पना तर फारच आकर्षक होती. जोतीरावांचा अशा प्रकारचे सहकार्य वा एकी होऊ शकेल यावर विश्वास नव्हता. पाचव्या प्रकरणात यावरून, 'शेतकऱ्यांबरोबर अशा ब्राह्मणांची एकी कशी होऊ शकेल?' हे वाक्य धृपदासारखे पुनरावृत्त होते. 'आर्य ब्राह्मणांची कामापुरती एकी आणि काम सरल्यावर तू तिकडे आणि मी इकडे.' कारण 'येगे कोयी तुझी डोई भाजून खाई आणि माझी डोई ब्याला ठेवी' या जगप्रसिद्ध म्हणीप्रमाणे अघळपघळ कल्याण होणार आहे, अशी भीती आहे.

शेतकऱ्यांची सुधारणा होण्यासाठी जोतीरावांनी काही ठोस उपायही सुचवले आहेत. ही उपाययोजना अर्थातच सरकारने करायची आहे. त्यातसुद्धा जोतीरावांचा भर शिक्षणावरच आहे हे वेगळे सांगायची गरज नाही. शिक्षणप्रक्रियेतील अभ्यासक्रम, इतकेच काय परंतु वेळापत्रकसुद्धा शेतकऱ्याला केंद्रस्थानी ठेवूनच आखले जावे, अशी जोतीरावांची मागणी आहे. शेतीच्या आधुनिकीकरणाकडेही त्यांचे लक्ष आहे.

जोतीरावांनी केलेले विश्लेषण हे सर्वसाधारण आहे. त्यामुळे ब्राह्मण जातीवर त्यांनी टीकास्त्र सोडले असले तरी या टीकेला अपवाद अस्तित्वात आहेत याची त्यांना जाणीव आहे व तिचा उच्चार करण्यास ते कंजुषी करत नाहीत. इरिगेशन खात्यातील ब्राह्मण कामगारांवर टीका करताना त्यांनी घातलेली टीप या संदर्भात फार महत्त्वाची आहे. जोतीरावांना जातीयवादी ठरवणाऱ्यांनी फुले वाङ्मयातील अशा गोष्टींची दखल घेतलेली दिसत नाही. ती टीप अशी —

'हा आरोप आमचे लोकप्रिय निःपक्षपाती मि. विश्वनाथ दाजीसारखे जे कित्येक गृहस्थ असतील त्यांस लागू नाही. असे निर्मळ मनाचे पुरुष सरकारी ब्राह्मण कामगारांत थोडे सांपडतात.'

सत्यशोधक समाजाच्या स्थापनेनंतर जोतीराव कमालीचे कार्यरत झालेले दिसतात. *शेतकऱ्याचा असूड* लिहून झाल्यावर ताराबाई शिंदे आणि पंडिता रमाबाई या दोन स्त्रियांचा कैवार घेण्यासाठी सज्ज व्हावे लागले. पण त्याही अगोदर १८८४च्या डिसेंबर महिन्यात त्यांनी प्रसिद्ध समाजसुधारक बहेरामजी मलबारी यांनी सरकार दरबारी सादर केलेल्या स्त्रीप्रश्नाविषयक टिपणावर त्यांनी विचारपूर्वक प्रतिक्रिया नोंदवली.

जोतीरावांच्या स्त्रियांच्या प्रश्नावरील लिखाणाची चर्चा करण्यापूर्वी 'असूड'ला जोडूनच त्यांच्या नंतरच्या एका कृतीची चर्चा करणे उचित व सोयीचेही होईल. ती कृती म्हणजे 'इशारा'.

इशारा

इशारा ही पुस्तिकाही शूद्र शेतकऱ्यांच्या प्रश्नांविषयी असली तरी तिचा लक्ष्य संदर्भ न्या. महादेव गोविंद रानडे हा आहे.

न्या. रानडे हे फुल्यांना समकालीन असलेले उदारमतवादी थोर समाजसुधारक होते. राजकारणात नेमस्त असलेले रानडे समाजकारणातही नेमस्त होते. न्यायमूर्ती प्रार्थना समाजातही क्रियाशील होते. त्यांची भूमिका सर्वांना बरोबर घेऊन जाण्याची होती. ते संघर्ष टाळून समन्वय करण्याच्या प्रयत्नात होते. आधुनिक भारताचे संस्थात्मक जीवन समृद्ध करण्यात रानड्यांचा मोठा वाटा आहे. राष्ट्रसभा किंवा इंडियन नॅशनल काँग्रेसच्या स्थापनेत व उभारणीतही रानडे यांचा पुढाकार होता. इतर अनेक उच्चवर्णीय राजकीय नेत्यांप्रमाणे रानडे सामाजिक प्रश्नांबद्दल उदासीन नव्हते. सामाजिक सुधारणांच्या विरोधात तर ते नव्हतेच नव्हते. हिंदू धर्मातील अस्पृश्यतेसारख्या दुष्ट रूढींच्या ते विरोधीच होते. काँग्रेसच्या अधिवेशनात सामाजिक प्रश्नांची चर्चा करणारी सामाजिक परिषद भरवण्याची कल्पना रानड्यांचीच. याशिवाय रानड्यांनी पुण्यातील सार्वजनिक सभा नावाच्या संस्थेची उभारणी करून तिच्या माध्यमातून लोकांचे अनेक प्रश्न सरकार दरबारी पोहोचवले.

इशारा पुस्तिकेच्या अगोदरही एकदा जोतीराव आणि रानडे यांच्यात अशाच प्रकारचा प्रतियोगी पत्रव्यवहार झाला होता, रानड्यांनी १८७८मध्ये ग्रंथकारांचे पहिले संमेलन लोकहितवादींच्या साहाय्याने पुण्यात भरवले. मे १८८५मध्ये त्यांनी ग्रंथकारांचे दुसरे संमेलन पुण्यात भरवले. (याच संमेलनांचे उत्क्रांत रूप म्हणजे अखिल भारतीय मराठी साहित्य संमेलन.) स्वतः जोतीरावांनीही ग्रंथलेखन केलेले असल्याने रानड्यांनी त्यांना निमंत्रणपत्र पाठवले होते. जोतीरावांनी हे निमंत्रण आपण स्वीकारू शकत नसल्याचा खुलासा करणारे पत्र रानड्यांना लिहिले. या पत्रातून त्यांनी रानडे आणि त्यांच्या सहकाऱ्यांनी स्थापन केलेल्या वा चालवलेल्या सर्वच संस्थांच्या, संघटनांच्या

व चळवळींच्या हेतूविषयी आणि उपयुक्ततेविषयी संशय व्यक्त केला आहे. त्यांच्या प्रामाणिकपणावर प्रश्नचिन्ह टाकले आहे. इंग्रजी शिक्षणामुळे जागृत होऊन आपले हक्क मागायला पुढे सरसावलेल्या शूद्रांचे लक्ष विचलित करून काहीतरी थातूरमातूर गोष्टी देऊन त्यांची बोळवण करायची, या संस्थांच्या उच्चवर्णीय चालकांची नीती असल्याचा फुल्यांचा संशय आहे. फुले हे क्रांतिवादी असून, त्यांचे आता टप्प्याटप्प्यांनी मिळणाऱ्या गोष्टींनी समाधान होणार नाही. ते संघर्ष करायला सिद्ध झाले आहेत. याउलट रानडे उत्क्रांतिवादी आहेत. आमूलाग्र परिवर्तन त्यांना परवडणारे नाही. त्यांची भूमिका समन्वयाची आहे. त्यामुळे त्यांचा आणि जोतीरावांचा संघर्ष अटळ झाला.

१८६९मध्ये रानडेप्रभृतींनी स्थापन केलेल्या प्रार्थना समाजाचा यापूर्वी उल्लेख झाला आहे. परमहंस सभेचा वारसा घेऊन पुढे आलेल्या प्रार्थना समाजाने जातिभेदाच्या विरुद्ध स्पष्ट भूमिका घेऊन संघर्ष करायचे टाळले तेव्हापासूनच जोतीरावांना या मंडळींचा भरवसा वाटत नव्हता. यद्यपि वैयक्तिक पातळीवर त्यांचे त्यांच्याशी संबंध चांगले व सहकार्याचे होते. रानड्यांनी आर्य समाजाच्या स्वामी दयानंद सरस्वतींना पुण्यात निमंत्रित करून त्यांची व्याख्याने घडवून आणली, तेव्हा पुण्याच्या सनातनी ब्राह्मणांनी त्यांना तीव्र विरोध केला. इतकेच काय, पण स्वामींची मिरवणूक उधळण्याचाही प्रयत्न केला. अशा आणीबाणीच्या प्रसंगी जोतीरावांनी लहुजींच्या आखाड्यातील तालीमबाज सहकारी बोलावून मिरवणुकीस संरक्षण दिले होते.

उच्चवर्णीयांनी काढलेल्या या संस्थांमुळे शूद्रांच्या चळवळीचा जोर कमी होईल व प्रगतीचा वेग खुंटेल, अशी जोतीरावांची भीती होती. शूद्रातिशूद्रांना आपले मूलभूत मानवी अधिकार मिळवण्यासाठी आता त्यांच्या मदतीची वा सहानुभूतीची गरज नाही, अशी पूर्ण स्वावलंबनाची भूमिका जोतीरावांनी घेतली होती. त्यामुळेच रानड्यांच्या प्रार्थना समाजात सामील होण्याऐवजी त्यांनी सार्वजनिक सत्यधर्म अथवा सत्यशोधक समाजाची स्थापना केली.

ग्रंथकार संमेलनाच्या बाबतीतही जोतीरावांनी रानड्यांना बजावले की,

'तसल्या लोकांनीं उपस्थित केलेल्या सभांनीं व त्यांनीं केलेल्या पुस्तकांतील भावार्थांशी आमच्या सभांचा व पुस्तकांचा मेळ मिळत नाही.' आतां यापुढें आम्ही शूद्र लोक, आम्हांस फसवून खाणाऱ्या लोकांच्या थापांवर भुलणार नाहीं. सारांश त्यांच्यांत मिसळल्यानें आम्हा शूद्रादि अतिशूद्रांचा कांही एक फायदा होणें नाहीं, याबद्दल आमचा आम्हीच विचार केला पाहिजे. अहो, त्या दादांना जर सर्वांची एकी करणें असेल, तर त्यांनीं एकंदर सर्व मानवी प्राण्यांत

परस्पर अक्षर बंधुप्रीति काय केल्यानें वाढेल, त्याचें बीज शोधून काढावें व ते पुस्तकाद्वारें प्रसिद्ध करावें.

सार्वजनिक जीवनातील सर्व क्षेत्रांत सहज संचार करणाऱ्या रानड्यांसाठी जोतीरावांनी 'घालमेल्या दादा' हा समर्पक शब्द वापरला आहे. (घालमोड्या हा अपपाठ असून, तो शब्दच निरर्थक आहे.)

जोतीरावांच्या या पत्राची अधिक चर्चा न करता एवढे म्हणता येईल की त्यांनी बंधुभाव या मूल्याला महत्त्व दिले व ते साहित्यातून प्रगट व्हावे अशी अपेक्षा व्यक्त केली. नंतरही रानडे आणि सहकाऱ्यांनी स्थापन केलेल्या काँग्रेसला विरोध करून जोतीरावांनी शूद्रातिशूद्रांनी त्यात भाग घेऊ नये, अशी सूचना केली.

गोष्टी कधी कधी वैयक्तिक पातळीवरही येत असत. जोतीरावांचे एक सहकारी गंगारामभाऊ म्हस्के वकील यांनी डेक्कन मराठा एज्युकेशन सोसायटी काढली व त्यासाठी रानड्यांची मदत घेतली. पुढे ते रानड्यांना काँग्रेससाठी सहकार्य करू लागले. त्यावर जोतिरावांनी त्यांना पत्र लिहून आपली मते व भावना कळवल्या. त्यातला मुख्य संदेश म्हणजे-

'भटपाशा सोडूनी तुम्ही यावे मैदाना।
शूद्र बांधवा सत्य सांगून खुल्ले करा ना।।'

फुले आणि रानडे या समकालीन कर्त्या पुरुषांच्या परस्परसंबंधाची दखल तेव्हाच्या साक्षेपी लोकांनी घेतली नसती तरच नवल! फर्गसन कॉलेजमधील इंग्रजीचे प्राध्यापक आणि वाङ्मयविवेचक वासुदेव बळवंत पटवर्धन यांनी या विषयावर कादंबरी लिहून ती *मासिक मनोरंजन*मधून क्रमशः प्रकाशित केली. *सारेच विलक्षण* या नावाची ही कादंबरी अपूर्ण राहिली असली तर तिचा कल जोतीरावांना तामसी, विचित्र व विकारी स्वभावाचा ठरवण्याकडे होता हे निश्चित.

विठ्ठल रामजी शिंदे मात्र या गोष्टीकडे काय, परंतु ब्राह्मो-प्रार्थना समाज आणि सत्यशोधक समाज यांच्याकडेही वेगळ्या दृष्टीने पाहतात. शिंदे ब्राह्मो-प्रार्थना समाजाचे अनुयायी व प्रचारक असून, त्यांना जोतीराव व त्यांचा सत्यशोधक समाज यांचेही आकर्षण होते. या दोन समाजांमध्ये व त्यांच्या अनुयायांमध्ये संवाद घडू शकला नाही, परस्परांविषयी गैरसमजाचे वातावरण राहिले याचा त्यांना खेद होता. दोघांच्याही प्रामाणिकपणाबद्दल त्यांना खात्री होती; परंतु दुर्दैवाने 'पहिल्याची (प्रार्थना समाज) भाषा दुसऱ्याला (सत्यशोधक समाज) समजत नाही व दुसऱ्याची कळ पहिल्याच्या काळजात झोंबत नाही.' याचे त्यांना दुःख वाटते. 'कोणी कोणाच्या वंशाला जावे म्हणजे हा पडदा

नाहीसा होईल?' असा सखेद सवालही ते करतात. या दुराव्यामागे सत्ताधारी इंग्रजांचे काही कारस्थान असल्याचा वास त्यांना येतो.

शिंद्यांना काहीही वाटत असू दे, जोतीरावांना रानडेप्रभृतींची भाषा समजून घेण्यासाठी फुरसत नव्हती व तो प्रयोग करून पाहण्यासाठी इच्छाही नव्हती. शेकडो वर्षांचा इतिहास आणि वर्तमानातील अनुभव त्यांच्या पाठीशी होता आणि त्यांना डावलून रानडेच काय कोणावरही विश्वास ठेवायला ते तयार झाले नसते. तेव्हा हा मुद्दा महादेव गोविंद रानडे या व्यक्तीशी निगडित नसून, एकूणच व्यवस्थेशी संबंद्ध आहे. सद्भाव आणि प्रामाणिकपणा यांच्या बळावर एखादीदुसरी व्यक्ती व्यवस्था बदलू शकत नाही, एवढाच त्याचा अर्थ घ्यायचा. तो त्या व्यक्तीच्या सद्भावना वा प्रामाणिकपणावर घेतलेला संशय नसतो. एरवी रानडे गंगारामभाऊंनी मराठा मुलांच्या शिक्षणासाठी चालवलेल्या संस्थेस मदत करतात (त्यांनी मृत्युपत्रान्वये ठेवलेल्या ठेवीवरील व्याजातून अजूनही शिष्यवृत्त्या दिल्या जातात) किंवा सत्यशोधक समाजाच्या झेंडा मिरवणुकीत ते सामील झाले होते. या बाबी जोतीरावांना माहीत नव्हत्या अशातला भाग नाही.

इशारा पुस्तिकेच्या लेखनाला निमित्त झाले ते १८८५च्या मे महिन्यात रानड्यांनी 'शेतीची स्थिती' या विषयावर दिलेल्या व्याख्यानाचे. रानड्यांचा अर्थशास्त्राचा अभ्यास होता आणि त्यामुळे शेती व शेतकरी हा विषय त्यांच्या कक्षेतलाच होता. दुसरे असे की, रानडे ज्या सार्वजनिक सभा या संस्थेचे सर्वेसर्वा होते, त्या संस्थेमार्फत वेळोवेळी सामाजिक सर्वेक्षणे केली जात व त्यांचे अहवाल सरकारला सादरही केले जात. त्यामुळे रानड्यांकडे बऱ्यापैकी आकडेवारी उपलब्ध असे. जोतीरावांचा भर आकडेवारीवर नसून, शेतकऱ्यांच्या दैन्यदुःखाच्या प्रत्यक्ष अनुभवावर आहे. *इशारा*च्या सुरुवातीला त्यांनी 'जिस तन लागे वही तन जाने। बीजा क्या जाने गव्हारा रे।।' हे संत कबीरदासांचे अन्वर्थक आणि समर्पक वचन उद्धृत केले आहे, ते याच आशयाची परिणामकारक अभिव्यक्ती करण्यासाठीच. *इशारा* उपोद्घातात त्यांनी या आशयाचा विस्तार आधीच करून टाकला आहे. 'यांच्या एकातरी ब्राह्मणाच्या कुटुंबातील बायकामुलांस आम्हां शूद्र शेतकऱ्यांच्या बायकामुलांसारखे उन्हातान्हांत उपाशीतापाशी शेतींकामें करण्याचा इंगा माहीत आहे काय? या सर्व भटब्राह्मणांतील एकानें तरी सोनखताच्या पाट्या वाहून झाडांच्या खोडाशीं टाकल्या आहेत काय?' (हाच आशय विस्ताराने प्रगट करणारे तेरा अखंड जोतीरावांनी 'कुळंबीण' या शीर्षकाने लिहिले आहेत.)

जोतीरावांनी उच्चवर्णीयांच्या अनुभवक्षेत्राला आव्हान देण्याचे तात्कालिक कारण म्हणजे रानड्यांनी उपरोक्त व्याख्यानात केलेले 'पूर्वीच्या तीस वर्षांपेक्षा हल्ली शूद्र

शेतकऱ्यांची स्थिती बरी आहे' हे विधान होय. पण जोतीरावांचा राग एवढ्या तात्कालिक कारणासाठी नाही. उपोद्घातात सुरुवातीलाच म्हटल्याप्रमाणे,

> आर्य ब्राह्मणांतील पहिला दिवाभीत, गृहस्थाचा डौल घालून पुण्याचा रहिवासी असतां मुंबईकर बनून विद्वान् श्रीमान महाराज गायकवाड सरकारास पोकळ ज्ञान शिकवतो कीं, 'जातिभेद असला म्हणून आपल्या इष्ट हेतूस तो जातिभेद बिलकूल या देशाचे उन्नतीस आडवा येत नाही.'

न्या. रानडे हे त्या कालातील एक मान्यवर, प्रभावशाली व्यक्तिमत्त्व असून, त्यांच्या ज्ञानाचा दबदबा सर्वत्र होता. त्यांच्याविषयी लोकांना आदरभावही होता. आता बडोद्याच्या ज्या राजाला रानडे असा उपदेश करतात, त्याच राजास म्हणजे सयाजीरावांना जोतीरावांनी याच्या नेमका उपदेश करून व त्यानुसार संस्थानात कृती करायला सांगून फार काळ लोटला नव्हता. आपल्या *शेतकऱ्याचा असूड* पुस्तकातील काही भाग त्यांनी सयाजीरावांपुढे वाचला होता आणि नंतर संपूर्ण पुस्तकाची हस्तलिखित प्रतही महाराजांना पाठवली होती. 'असूड'च्या प्रती त्यांनी गव्हर्नर जनरलला व मुंबईच्या गव्हर्नरला पाठवल्या होत्या. यावरून सयाजीरावांचे त्यांच्या लेखी असलेले महत्त्व स्पष्ट व्हावे. इतकेच नव्हे तर महाराजांचे दिवाण लक्ष्मण जगन्नाथ यांच्याशी या विषयावर प्रदीर्घ चर्चाही फुल्यांनी केली होती. या चर्चेचा संदर्भ त्यांनी महाराजांना लिहिलेल्या पद्यमय पत्रात केलेला आहे-

'कष्टाळूंची दैना दाविली मुख्य प्रधान।
दयानिधी आहा म्हणुनी लिहिले पाहाना।।'

सयाजीरावांना

'अक्षरशून्य शूद्रादिकांना काहीच कळेना।
अशा मुक्यांचे बाप आता तुम्हीच का व्हाना।।'

असे आवाहन करून जोतीरावांनी काही विशिष्ट उपाययोजनाही या पत्रातून सुचवली होती. नंतर खुद्द लक्ष्मणरावांनाही असेच पद्य पत्र लिहून त्याची आठवणही करून दिली होती.

*शेतकऱ्याचा असूड*च्या उपोद्घातात जोतीराव सयाजीरावांचा त्यांना आलेला अनुभव आदरपूर्वक व्यक्त करतात.

> 'श्रीमंत सरकार गायकवाड सेनाखासखेल समशेर बहादूर सयाजीराव महाराज यांनी बडोद्याला गेलो होतो त्यावेळी आपल्या सर्व राजकीय कामातील अमोल्य वेळांत काटकसर करून अप्रतिम उल्हासाने व सप्रेम

भावाने मजकडून हा ग्रंथ वाचवून साग्र लक्षपूर्वक ऐकीला व श्रीमन्महाराजांनी आपल्या औदार्यप्रमाणे मला द्रव्यद्वारे मदत करून माझा यथासांग अत्युत्तम आदरसत्कार केला, त्याबद्दल मी त्यांचा फार फार ऋणी आहे.'

आता रानड्यांसारखा राजमान्य व लोकमान्य मातब्बर करत असलेले विवेचन व मांडीत असलेले मुद्दे जोतीरावांच्या म्हणण्याला छेद देणारे असतील तर त्यांची दखल येऊन रानड्यांवर सडेतोड टीका करणे जोतीरावांना भागच होते. ही टीका म्हणजेच 'इशारा'.

जाता-जाता एका आनुषंगिक परंतु महत्त्वाच्या मुद्द्याचा उल्लेख करायला हरकत नसावी. फुले-सयाजी भेटीच्या वेळी सयाजीराव वयाच्या फक्त विशीत असून नुकतेच गादीवर आले होते. अद्भुत आकलनशक्तीची देणगी लाभलेल्या या तरुण राजाला जोतीरावांचे म्हणणे आणि महत्त्व कळायला वेळ लागला नाही. सयाजीरावांनी जोतीरावांच्या अखेरच्या आजारपणात त्यांना आर्थिक साहाय्य तर केलेच; पण त्यांच्या पश्चात त्यांच्या कुटुंबीयांचाही परामर्श घेतला.

अर्थातच, वैयक्तिक पातळीवरील आर्थिक मदत वगैरे करणे या मुद्द्याला फारसे महत्त्व द्यायचे कारण नाही. सयाजीरावांनी नंतर ज्या प्रकारे राज्यकारभार केला आणि सामान्य जनतेचे हित पाहिले, त्यावरून त्यांच्यावर जोतीरावांच्या उपदेशाचा काही एक प्रभाव पडला होता, असे निश्चितपणे म्हणता येते.

जोतीरावांना अभिप्रेत आणि अपेक्षित असलेल्या काही सुधारणांची अंमलबजावणी सयाजीरावांनी करण्यास सुरुवात केली, तेव्हा ना जोतीराव हयात होते ना रानडे. तथापि तेव्हाही सयाजीरावांच्या सुधारणांवर टीका करून त्यांना त्यापासून परावृत्त करण्याचे प्रयत्न झाले होते हे लक्षात घेतले म्हणजे जोतीरावांची टीका योग्यच होती, असे म्हणण्यावाचून गत्यंतर राहत नाही.

इतिहासाचार्य वि. का. राजवाडे यांनी 'बडोद्यातील समाजसुधारणा' या विषयावर लेख लिहून सयाजीरावांचा मार्ग चुकला असल्याची टीका केली. सयाजीरावांना शूद्रातिशूद्रांना शिक्षण देण्याची सूचना जोतीरावांना केली होती आणि महाराजही त्या दिशेने पावले टाकत होते. 'मांगभटा ऐक्य करू बैसवू पंक्तींनी' हा जोतीरावांचा जाहीरनामा राजवाड्यांना पटणे शक्यच नव्हते.

शूद्रातिशूद्रांना शिकवल्यास समाजाची परिस्थिती 'खाली डोके वर पाय' अशी होऊन विनाकारण गोंधळ माजेल. अव्यवस्था होईल असा इशारा राजवाडे देतात. 'आधी ब्राह्मण-क्षत्रिय वर्ग राजकीयदृष्ट्या सर्व अथवा बऱ्याच प्रकारे समर्थ होऊ द्या आणि मग

अतिशूद्रादिवर्गाला समर्थ करण्याच्या खटपटीला लागा,' असा प्राधान्यक्रम राजवाड्यांनी सुचवला आहे.

शूद्र शेतकऱ्यांकडून वसूल केलेल्या पट्टीच्या पैशांतून मूठभर ब्राह्मणांना उच्चशिक्षित करण्याच्या सरकारी धोरणाच्या निषेधाची पुनरावृत्ती जोतीराव *इशारा*च्या उपोद्घातात करतात. 'या शूद्र शेतकऱ्यांची स्थिती गेल्या तीस वर्षांत बरीच सुधारली' या रानड्यांच्या विधानांची ते जणू विरचना करतात. त्यांच्या मतानुसार युरोपीय लेखकांचे शोध आणि युरोपीय व अमेरिकी धर्मोपदेशकांनी चालवलेल्या शाळा यामुळे शूद्रादिकांना धर्मामुळे होत असलेल्या त्यांच्या फसवणुकीची व शोषणाची जाणीव झाली आणि त्यामुळे त्यांच्या स्थितीत थोडाफार पालट झाला आहे.

*इशारा*च्या अगोदरच्या परिच्छेदांमधून जोतीराव आर्यांच्या अमलापासून तर ब्रिटिशांच्या आगमनापर्यंतच्या इतिहासाचा त्यांनी लावलेला अन्वयार्थ सारांश रूपाने सांगतात. त्यानुसार आर्य ब्राह्मण व मुसलमान सत्ताधाऱ्यांमुळे शूद्रादिशूद्र प्रजेला खूप जुलूम, अत्याचार व त्रास सहन करावा लागला. हे सत्ताधीश प्रजेकडे तुच्छतेने पाहत व तिला जनावरांप्रमाणे वागणूक देत. या प्रजेची दुर्दशा ईश्वरकृपेने स्थापन झालेल्या इंग्रजी राज्यात कमी झाली. आपल्या मर्जीनुरूप संपत्ती मिळवणे व तिचा उपभोग घेणे वा संचय करणे प्रजेला शक्य झाले. याच राजवटीमुळे पेशव्यांच्या काळातील पेंढारी अराजक संपुष्टात येऊन सुव्यवस्था लाभली. देशात कोठेही सुरक्षित प्रवास करणे शक्य झाले. नव्या सरकारने शेतीच्या प्रश्नाकडे लक्ष देऊन कालवे वगैरे निर्माण करून शेतीला पाणी पुरवले.

जोतीराव शेतीमध्ये जमिनीपेक्षा पाणी या घटकाला अधिक महत्त्व देतात. भांडवलशाही अर्थशास्त्राच्या उदयापूर्वी युरोपातील 'Physiocratic' संप्रदायाने जमिनीवर आधारित अर्थशास्त्र निर्मिले होते. जलकेंद्रित अर्थशास्त्राच्या 'Hydrocratic' संप्रदायाचे सूचन जोतीरावांच्या मांडणीतून मिळते.

शेतीसाठी पाण्याचे महत्त्व स्वतंत्रपणे विषद करून झाल्यावर जोतीराव दहा-पंधरा वर्षांनी का होईना येणाऱ्या अवर्षणाच्या संकटाचा उल्लेख करतात. मुळात पाऊसच पडला नाही तर 'कॅनाल' वगैरे योजनांचा काय उपयोग?

अवर्षणग्रस्त शेतकऱ्यांच्या अगतिकतेचा गैरफायदा सावकार कसा घेतात, याकडे जोतीराव लक्ष वेधतात. या संदर्भात ते मारवाड देशातून आलेल्या सावकारांचाही उल्लेख करत असले तरी त्यांचा कटाक्ष ब्राह्मण सावकारांवर अधिक आहे. या सावकारांना शेतकऱ्यांचे आर्थिक शोषण करण्यासाठी त्यांच्या धार्मिक स्थानाचा उपयोग होतो, हेही लक्षात आणून देतात. इंग्रजांपूर्वीच्या राजवटीत आणि विशेषत: पेशवाईच्या काळात

राजसत्तेतही ब्राह्मणांची भागीदारी असल्यामुळे शेतकऱ्यांकडून वसुली वगैरे करताना ते त्यांच्यावर फारच जुलुमजबरदस्ती करत.

'हल्लीचे कित्येक सुधारलेले विद्वान आर्यब्राह्मणांची, स्वकीय पेशवाई जुलुमांविषयी पक्की खात्री झाली असून, आपल्या जातबांधवांच्या भयास्तव आर्य ब्राह्मणांच्या त्रासापासून अज्ञानी शूद्र शेतकऱ्यांची मुक्तता झाली हे स्पष्टपणे म्हणण्याची त्यांची छाती होत नाही. सबब कशी तरी वेळ मारून नेण्याकरिता मोठ्या सार्वजनिक सभास्थानी उभे राहून, 'पूर्वीपेक्षां हल्लीं या तीस वर्षांत शूद्र शेतकऱ्यांची स्थिती बरी आहे, म्हणून जागोजागी व्याख्याने देत फिरणारे,' हा उल्लेख मुख्यत्वे रानड्यांचा आहे. या प्रकारच्या विद्वानांकडे एक वेळ दुर्लक्ष करता येईल; पण या चर्चेत भाग घेणारा आणखी एक वर्ग आहे. त्यांचा धोका जोतीरावांना विशेष जाणवतो. तो वर्ग म्हणजे,

> 'इंग्रज सरकारचे आपणांवर शतशः उपकार असून, त्यांपैकीं कित्येक नांवालासुद्धा न स्मरतां, राज्यास स्वाभाविक असणाऱ्या क्षुल्लक दोषांना सूक्ष्मदर्शक यंत्रदृष्टीनें दाखविणारे जे कोणी आहेत व कित्येक वेडगळ जुन्या समजुतीचे आर्यभट ब्राह्मण फक्त जात्याभिमान दृढ मनीं धरून, त्यांचा पक्ष उचलल्यामुळें त्यास सद्गुणांचें ओढून ताणून नकली रूप देण्यास झटणारे हल्लीं सांगत आहेत कीं, 'पूर्वी पेशवाईत शूद्र शेतकऱ्यास जें सौख्य होते, ते सांगतां येत नाहीं. त्या सुखाचे हल्लीं लेश सुखदेखील नाहीं. त्या वेळची शूद्रांची राहणी काय, चालणी काय, रितिभाती काय, सर्वच चांगलें होतें. सत्य, सद्गुण, सदाचार, प्रामाणिकपणा आणि धर्म हे गुण शूद्रांमध्यें अक्षय वास करत होते. त्यावेळीं शूद्र शेतकऱ्यांजवळ पैसा तरी किती असे कीं, 'जिकडे पहावें तिकडे शूद्रांच्या घरांतून सोन्याचा धूर निघत असे' आतां तें सौख्य नाहींसें झालें. ती नीति नाहींशी झाली. तो धर्म नाहींसा झाला, आणि ती संपत्तीही नाहींशी झाली.'

'या उभयतांचे बोलण्यांत किती तथ्यांश आहे, याविषयीं विचार करणें वाचकांकडे सोंपवून येथे विषय संपवितो.' या वाक्याने जोतीराव *इशारा*चा समारोप करतात.

या उभयतांमधील दुसऱ्या वर्गातील नेमके कोण विद्वान जोतीरावांना अभिप्रेत आहेत याचा छडा लावण्यासाठी तत्कालीन पुस्तके, लेख, वक्त्यांच्या व्याख्यानांच्या वृत्तपत्रीय बातम्या यांचा धांडोळा घ्यायला हवा; तो ऐतिहासिक जिज्ञासेचा भाग होईल. पण या वर्गातील लोकांपेक्षा रानडे प्रकाराचे विद्वान अधिक महत्त्वाचे. कारण त्यांचे समाजावर व राज्यकर्त्यांवर वजन होते.

सत्सार

इशारा पुस्तिकेचे प्रकाशन १८८५ सालच्या ऑक्टोबर महिन्यात १ तारखेस झाले असले तरी तिचे लेखन १५ जून रोजीच पूर्ण झाले होते. *इशारा*मध्ये शेतकऱ्यांच्या प्रश्नाची चर्चा असल्यामुळे आपण त्याची चर्चा *शेतकऱ्यांचा असूड*ला जोडून केली. तथापि याच दरम्यान जोतीराव स्त्रियांच्या प्रश्नाविषयी गंभीरपणे विचार करत होते. या संबंधीचा *सत्सार* नामक (अ) नियतकालिकाचा पहिला अंक १३ जून १८८५ या दिवशी निघाला व दोनच दिवसांनी म्हणजे १५ जून रोजी जोतीरावांनी *इशारा*चे लेखन पूर्ण केले. १ ऑक्टोबरला *इशारा* प्रसिद्ध होतो न होतो तोच त्याच महिन्यात *सत्सार*चा दुसरा अंक प्रकाशित झाला.

*सत्सार*चे अंक निघण्यापूर्वी जोतीरावांनी बहेरामजी मलबारी यांनी बालविवाह आणि वैधव्य यावर लॉर्ड रिपनकडे सादर केलेल्या टिपणांवर अभिप्राय व्यक्त केले होते. ४ डिसेंबर १८८४ या दिवशी पाठवलेल्या या अभिप्रायांमध्ये जोतीरावांनी या बाबतीतील आपला अनुभव आणि कार्य यांचाही उल्लेख केला आहे. पुनर्विवाह करण्यास बंदी असल्यामुळे ब्राह्मण विधवांना तसेच दिवस काढावे लागतात व या काळात त्यांचा गैरफायदा घेणाऱ्या पुरुषांमुळे त्या गर्भवती झाल्या तर त्यांना आत्महत्येशिवाय पर्याय उरत नाही हे विदारक सत्य जोतीराव सांगतात. अशा दुर्दैवी स्त्रियांवर आत्महत्येची व भ्रूणहत्येची वेळ येऊ नये म्हणून जोतीरावांनी त्यांच्या प्रसूतीची सोय आपल्या घरी केली. त्यामुळे ३५ स्त्रियांचे प्राण वाचले.

मुलाच्या लग्नाचे वय १९ आणि मुलीच्या लग्नाचे वय ११ अशी मर्यादा जोतीराव सुचवतात. विधवांचे वपन करण्यास नापितांना प्रतिबंध करावा अशीही त्यांची सूचना आहे. उच्चवर्णीय विधवांना पुनर्विवाह करण्यास बंदी नसावी ही त्यांची मागणी आहेच. "There is no doubt that the selfish and wicked law-givers must have added such unjust and nonsensical clauses into their shastras with malice towards female sex," या त्यांच्या मताचा विस्तार समाजामधील उपेक्षित व शोषित असे जे दुर्बल घटक होते, त्यांच्यात भेदभाव न करता त्या सर्वांचा न्याय मिळवून देण्यासाठी जोतीरावांनी कंबर कसली होती. हे घटक म्हणजे शूद्र, अतिशूद्र आणि स्त्रिया हे होत. शूद्र आणि अतिशूद्र यांच्यावरील अन्यायाला वाचा फोडताना जोतीरावांना त्या अन्यायास जबाबदार असणाऱ्या ब्राह्मणांना लक्ष्य करावे लागले. तथापि स्त्रियांवरील अन्यायाचा विचार करताना त्यांच्या असे लक्षात आले की, ब्राह्मणांच्या स्त्रियासुद्धा (ब्राह्मण) पुरुषांच्या अन्यायाला बळी पडत आहेत. जोतीराव कोत्या संकुचित जातवादी विचारांचे असते तर ती ब्राह्मण जातीची अंतर्गत समस्या आहे, असा पवित्रा घेऊन त्यांनी

त्या बाबतीत उदासीन राहून फक्त शूद्रातिशूद्र जातींमधील स्त्रियांच्याकडे लक्ष दिले असते. पण जोतीरावांची भूमिका मुळातच व्यापक मानवतावादी असल्यामुळे त्यांनी तसे केले नाही. ते लिंगभाव विषमतेचा जातिनिरपेक्ष विचार करू लागले. एकीकडे ब्राह्मण स्त्रिया ब्राह्मण आहेत म्हणून ते त्यांच्याकडे दुर्लक्ष करत नाहीत तर दुसरीकडे शूद्रातिशूद्रांच्या स्त्रियांवर अन्याय करणारे पुरुष ब्राह्मणेतर आहेत म्हणून त्यांना सवलत देऊन त्यांच्या दोषांवर पांघरूण घालत नाहीत वा त्यांच्यावर टीका करणे टाळत नाही. अशा टीकेमुळे स्वजातीय लोक आपल्यापासून दुरावतील किंवा आपल्या सत्यशोधक चळवळीत फूट पडून ती क्षीण होईल याची तमा ते बाळगत नाहीत. जोतीराव हे हिशेब मांडून काम करणाऱ्यांपैकी नव्हते. सत्य आणि न्याय ही त्यांच्या लेखी परमोच्च मूल्ये होती.

*सत्सार*च्या पहिल्या अंकाच्या उपोद्घातावरून ते साप्ताहिक म्हणून प्रकाशित करण्याची जोतीरावांची कल्पना होती, असे दिसते. तथापि त्यांना अपेक्षित असा प्रतिसाद वाचकांकडून न मिळाल्यामुळे ही कल्पना प्रत्यक्षात येऊ शकली नाही. *सत्सार*चा दुसरा अंक ऑक्टोबर महिन्यात प्रसिद्ध झाला आणि त्यानंतर पुढचा अंक निघाला नाही. म्हणजेच *सत्सार* बंद पडले.

शूद्र, अतिशूद्र आणि स्त्रिया यांच्या प्रश्नांची चर्चा करताना एका मुद्द्याचा आवर्जून उल्लेख करायला हवा. शूद्रातिशूद्रांचा प्रश्न हा जातीचा आणि स्त्रियांचा प्रश्न लिंगभावाचा असे असले तरी त्यांकडे आर्थिक दृष्टीनेही पाहता येते. उत्पादक या नात्याने शूद्रांना (मुख्यत्वे शेतकरी) नफा मिळायला हवा. अतिशूद्रांना त्यांच्या सेवेचा मोबदला मिळायला हवा. दोघांनाही अशा प्रकारचा परतावा उचित प्रमाणात दिला जात नाही हे त्यांचे शोषण व त्यांच्यावरील अन्याय आहे. स्त्रियांचे श्रम उत्पादक मानलेच जात नव्हते. घरातल्या घरात त्या कुटुंबाची जी सेवा करतात, ते त्यांचे कर्तव्यच समजले जाऊन त्यांना तर कोणत्याच प्रकारच्या परताव्याची सोय नव्हती. याचाच अर्थ असा होतो की, आर्थिक शोषणाचा विचार केला असता शूद्र आणि अतिशूद्र जातीचे शोषण कमीजास्त प्रमाणात होत होते तर स्त्रियांच्या शोषणाला पारावारच नव्हता. पण आर्थिक शोषणाच्या पलीकडे जाऊन पाहिले तर या तिन्ही समाजघटकांना मनुष्य म्हणून जी किमान प्रतिष्ठा मिळणे अपेक्षित होते ती मिळत नव्हती. त्यांना समताच नाकारली गेल्यामुळे त्यांचे मानव म्हणून अपेक्षित असलेले अधिकारही नाकारले गेले. अधिकारांचे हे शोषण नैतिक शोषण म्हणता येईल.

या शोषणाला समर्थन मिळवून देण्याचे काम ब्राह्मणांनी धर्माच्या माध्यमातून केले हा जोतीरावांचा मुख्य आक्षेप आहे. आर्थिक शोषण आणि सामाजिक अन्याय यांच्यावर 'धर्माचे पुट' चढवून त्यांचे खरे स्वरूप झाकून टाकण्यात आले असल्याचे त्यांनी म्हटले आहे. हे पुट खरवडून काढून किंवा त्यांनीच वापरलेले दुसरे रूपक म्हणजे हा 'आडपडदा'

ओढून वास्तवाचे दर्शन घडवण्याचे काम त्यांनी केले. त्यासाठी त्यांना अर्थात धर्माची कठोर चिकित्सा करावी लागली. सर्व चिकित्सेची सुरुवात धर्माच्या चिकित्सेने होते, असे कार्ल मार्क्सने म्हटले होते. ती जोतीराव भारतीय परिस्थितीत करून दाखवतात.

अर्थात स्वत: मार्क्सवर धर्मचिकित्सेची वेळ फारशी आली नाही. कारण त्याचा पूर्वसूरी फ्यूरबाख याने विशेषत: ख्रिस्ती धर्माच्या संदर्भात हे काम आधीच करून ठेवले होते. फुल्यांचे संदर्भविश्व आणि जीवनव्यवहारविश्व हे हिंदू धर्माचे असल्याने त्यांना पारंपरिक हिंदू धर्माची चिरफाड म्हणता यावी इतकी चिकित्सा करावी लागली. ती करताना त्यांनी ख्रिस्ती व प्रसंगी इस्लाम धर्माचा आधार हे धर्म मुक्तिवादी म्हणून घेतलेला दिसतो; पण ते धर्म या संस्थेबद्दलच पुरेसे साक्षेपी होते व प्रसंग पडला तर कोणाचीही खैर करत नसत, हे विसरता कामा नये.

*सत्सार*चे दोन अंक काढताना दोन निमित्ते मिळाली. ती अनुक्रमे पंडिता रमाबाई आणि ताराबाई शिंदे या दोन विदुषींवर वर्तमानपत्रांनी केलेल्या टीकांची. या टीकाकारांचा परामर्ष जोतीराव त्यांच्या पद्धतीने घेतात; पण तो घेताना आपली मूळ सैद्धान्तिक व ऐतिहासिक मांडणीची चौकट ते सोडत नाहीत.

*सत्सार*चा पहिला अंक पंडिता रमाबाईंच्या आक्षेपकांना उत्तर देण्यासाठी आहे हे मुखपृष्ठावरच छापलेल्या कटावावरून लक्षात येते *'धूर्त आर्यांची मति खुंटली, रमा पंडिता बरी बाटली।।'* अशी या कटावांची सुरुवात आहे. पुढे यातील 'बाटली' या शब्दावर त्यांनी श्लेषही साधला आहे.

याच कटावात त्यांनी रमाबाईंच्या विरोधात आघाडी उभारणाऱ्या *ज्ञानचक्षु* आणि *पुणे वैभव* या वृत्तपत्रांना लक्ष्य केले आहे. तसेच रमाबाईंची स्पष्ट बाजू घेऊ न शकलेल्या ब्रह्म आणि प्रार्थना समाजावरही ते घसरले आहेत. त्या ओळी अशा -

ज्ञान गेले, चक्षु थिजले
आता कैचे वैभव मेले
दास तुकाचे चेले बनती
शूद्र शिवाचे गळी लागती।।

प्रार्थना समाजाचे अनुयायी तुकाराम महाराजांची थोरवी गाऊ लागले होते आणि ब्राह्मण इतिहासकार शिवरायांचे गोडवे गात होते. त्यांच्या प्रामाणिकपणावर जोतीराव संशय व्यक्त करताना दिसतात.

*सत्सार*चा पहिला अंक ब्राह्मण आणि शूद्र, जोतीराव आणि माळ्याचे कुरुळ येथील कोंडाजी पाटील तसेच जोतीराव आणि यशवंत (जोतीरावांचा दत्तक मुलगा) यांच्यातील संवाद आहे. त्यातील ब्राह्मण हा ब्राह्मो प्रार्थना समाजाचा अनुयायी आहे. या ब्राह्मणांस

शूद्र स्पष्टपणे बजावतो की, 'आता आम्हाला तुमचे ब्रह्मसमाज वा प्रार्थनासमाज नकोत. पुरे आता तुमचे छक्के पंजे.' त्याचप्रमाणे तो 'ब्रह्मसमाज' या शब्दातील 'ब्रह्म' शब्दांच्या अर्थाबद्दलही विचारणा करतो.

संवादाची गाडी पंडिता रमाबाईंच्या रुळावर कशी येते हे पाहण्यासारखे आहे. शूद्राने उपस्थित केलेल्या जातीविषयक प्रश्नाचे समाधानकारक उत्तर देता न आल्यामुळे ब्रह्मसमाजी ब्राह्मण समाजिस्टांनी चालवलेल्या स्त्रीशिक्षणाच्या उपक्रमाचा उल्लेख करतो. त्यावर शूद्र बजावतो –

> 'इंग्लिश राज्याचे विद्येच्या प्रतापानें हिंदू स्त्रियांस खरे ज्ञान मिळण्याचा प्रसंग आला आहें व त्याप्रमाणें तें सर्व आपल्या आपण घडून प्रचारांत येत चाललें आहे. एवढेंच नव्हे, परंतु आपण सर्वांनीं उपस्थित केलेले सर्व बारीक मोठे समाज त्यांच्याच शिक्षणाचे फळ होय. आतां तुम्ही, (उसमे मेरा ब्रह्मसमाज चांदभाई) म्हणण्याचें सोडा, अशी स्पष्टोक्ती सुनावतो. ब्राह्मण स्त्रियांप्रमाणे शूद्रादींना सहज विद्या मिळेल व त्यांना त्यांचे मानवी अधिकार समजून येतील मग तुमची काही खैर नाही, असे तो बजावतो. 'तेव्हां तुम्हां सर्व आर्य ब्राह्मणांस मारवाड्यासारख्या तीन शेंड्या वाढवाव्या लागतील, कारण आतांच्या तुमच्या एका शेंडीवर शूद्रादि अतिशूद्रांसहित पंडिता रमाबाईंचा निर्वाह होणार नाहीं.'

या वाक्यात रमाबाईंचा उल्लेख मार्मिकपणे येतो. स्त्री, शूद्र आणि अतिशूद्र या तीन घटकांसाठी तीन शेंड्या हा विनोद निश्चितच मार्मिक आहे. जोतीरावांच्या साहित्यात अशी विनोदस्थळे अनेक आहेत.

यशवंताबरोबरच्या संवादात जोतीराव 'धर्म' या शब्दाच्या अर्थाची चर्चा करताना दिसतात. परंपरेत उच्चवर्णीयांची सेवा करणे हा शूद्रांचा धर्म असल्याचे सांगितले जाते. त्यावर जोतीराव म्हणतात –

> धूर्त ब्राह्मणांतील ग्रंथकारांनी धर्म शब्दाचे अनेक अर्थ होत असल्यामुळें त्यांनी (आर्यांनी) मूळ धर्म शब्दाचे अर्थाचा जो कांही खुबीदार अनर्थ केला तो मोठमोठ्या धर्मसंस्थापकांच्या ध्यानांतसुद्धां आला नाही. तेथें अज्ञानी शूद्रांच्या लक्षांत तो सहज कोठून येणार? काही आर्य ब्राह्मणांनीं धर्म या शब्दाचा मूळचा खरा अर्थ बाजूला ठेवून त्याच शब्दावर असें अंधळें गारूड रचून, एकंदर सर्व अज्ञानी शूद्रादि अतिशूद्र जनांस फसवून (आपला धर्म) काढिला आहे.

जोतीरावांची ही धर्मचिकित्साच होय. या चिकित्सेत शब्दार्थ विश्लेषणाला स्थान आहे ते असे. 'धर्म' शब्दाच्या कार्याची ही चर्चा पुढे *सार्वजनिक सत्य धर्म* पुस्तकात विस्ताराने वाचावयास मिळते.

ऑक्टोबर १८८५मध्ये प्रकाशित झालेल्या *सत्सार*च्या दुसऱ्या अंकात स्त्रीप्रश्नाची चर्चा अधिक टोकदार व नेमकी झालेली दिसते. उपोद्घातात जोतीराव आपला उद्देश स्पष्ट करतात.

> हल्लीं या देशांतील इंग्रज बहादराचे राज्याच्या प्रतापानें गांजलेल्या स्त्रियांस तुरळक लिहितां वाचतां येऊं लागलें आणि तेणेंकरून आज हजारों वर्षांपासून आर्य धूर्त जनांकडून एकंदर सर्व स्त्रियांचा सर्वोपरी छळ झाला व हल्ली होत आहे, ही सर्व पुरुषांची ठकबाजी, स्त्रिया डोळ्यांपुढें आणून मांडावी म्हणून या अंकात थोडासा प्रयत्न केला आहे.

*सत्सार*च्या पहिल्या अंकाचे संदर्भानिमित्त पंडिता रमाबाई या ख्रिस्ती धर्मांतरीत ब्राह्मण विदुषीचे होते. दुसऱ्या अंकात मात्र रमाबाई व ताराबाई शिंदे या दोन्ही स्त्रियांच्या अनुषंगाने चर्चा झालेली दिसते. 'रमातारा' या द्वंद्व समाजाची योजना जोतीराव सुरुवातीच्या 'दिंडी' वृत्तातील कवितेत करतात. त्यांचा रोख अर्थात या दोघींवर टीका करणाऱ्या ब्राह्मण आणि अब्राह्मण पत्रकारांवर आहे.

पत्रकर्ते हे बंधु अनाथांचे मिरविता की ऐसेचि ब्रीद तयाचे ॥
शूद्र जैसा तैशीच स्त्रीही दीन शस्त्र धरिती त्यावरी बुद्धिहीन ॥

अशी सुरुवात करून शेवटी जोतीराव या पत्रकारांची कानउघाडणी कशी करतात, ते पाहण्यासारखे आहे.

ताराबाई पंडिता रमा यांस । जाति दादा वैभवे शिकविण्यास ॥
स्वस्त्रियांसी जरि ज्ञान दिले होय । रमातारेशी तरिच शिकवु जाय ॥

'अनाथांचे बंधू पत्रकार' हा उल्लेख 'दीनबंधुकार' कृष्णराव भालेकरांचा आहे. 'वैभव' शब्दाने परत एकदा 'पुणे वैभव'कार निर्दिष्ट होतात.

सत्सार नंबर २ मधील एकूणच मजकुराला जोतीरावांनी 'कुऱ्हाडीचा दांडा गोतास काळ' असे शीर्षक दिले आहे. या शीर्षकाने त्यांना मातेच्या पोटी जन्माला येऊन स्त्रियांची निंदा करणारे पुरुष अभिप्रेत आहेत. म्हणून 'उदरी नऊ महिने ओझे वागविणाऱ्या स्त्रीजातीवर गुरगुरणारा उपटसूळ' असे उपशीर्षकही पाहायला मिळते.

एरवी न्या. रानडे यांच्या सामाजिक क्षेत्रातील नरम धोरणावर टीका करणारे जोतीराव रानड्यांनी आपल्या पत्नीस शिकवून साक्षर केले यांविषयी त्यांची प्रशंसा करतात व टीकाकारांनी त्यांचा कित्ता गिरवावा असे सुचवतात.

*सत्सार*चा हा दुसरा अंक यशवंत आणि जोतीराव यांच्यातील संवाद आहे. यशवंत जोतीरावांना प्राचीन आर्य धर्मग्रंथात स्त्रियांसंबंधी आढळणाऱ्या जुलमी लेखांच्या संदर्भात प्रश्न विचारून संवादाची सुरुवात करतो. या प्रश्नाचे उत्तर देताना जोतीराव रमाबाईंचा उल्लेख करतात. ब्राह्मणांचे स्त्रीशिक्षणाचे, स्त्री सुधारणांचे जे प्रयत्न चालू आहेत त्यांचे श्रेय ते रमाबाईंना देऊ करतात. हाच संवाद पुढे नेताना ते ताराबाई शिंदे यांचा व त्यांनी लिहिलेल्या *स्त्री पुरुष तुलना* या पुस्तकाचा उल्लेख करतात. या पुस्तकातून 'ताराबाईंनी पुरुष मंडळीस अतिउत्तम बोध केला' अशी प्रशंसाही ते करतात. मात्र एका पत्रकर्त्याला तो रुचला नसल्याने त्याने ताराबाईंची निंदा केली. हा 'आडमूठ वर्तमानपत्रकर्ता' आता जोतीरावांचे लक्ष्य होतो.

अर्थात यशवंताचा प्रश्न वैयक्तिक स्वरूपाचा नसून अधिक मूलगामी व तात्त्विक स्वरूपाचा आहे. 'परंतु फारच थोडे हेकड वर्तमानपत्रकर्त्यांसहीत कित्येक लोक असे म्हणतात की, सर्व प्रकारचे साहसादि दुर्गुण स्त्रियांचेच आंगी वसतात. त्याविषयीं आपला अभिप्राय कसा काय आहे तो कळवाल तर त्याच्यापासूनच कित्येकांचे डोळे उघडून उत्तम परिणाम होणार आहे.'

यशवंताच्या या निरीक्षणावर जोतीरावांची प्रतिक्रिया अत्यंत महत्त्वाची आहे. त्यांचे एक कारण म्हणजे त्यातूनच त्यांच्या विचारपद्धतीवर किंवा पद्धतिशास्त्रावरही प्रकाश पडतो.

जोतीरावांची विचारपद्धती : विद्रोहाचे व्याकरण

जोतीरावांनीही आणि या संदर्भात ताराबाई शिंदे यांनी जिला व्यत्यास (Transformation Method) पद्धती म्हणतात तिचा उपयोग केलेला आढळतो. या पद्धतीचा उपयोग जर्मनीत फ्यूरबाख याने धर्माच्या, विशेषकरून ख्रिश्चन धर्माच्या संदर्भात केला होता. उद्देश्य आणि विधेय यांची किंवा विशेष्यविशेषणभावाची उलटापालट असे या पद्धतीचे स्वरूप स्थूल मानाने सांगता येईल. थोडक्यात सांगायचे झाले तर धर्मात ईश्वर हा निर्माता, नियंता, सर्वज्ञ, सर्वगुणसंपन्न, परिपूर्ण इत्यादी असल्याने मानले जाऊन मानव हा त्याची निर्मिती असल्याचे समजले जाते. ईश्वराच्या समोर हा मानव क्षुद्र, अल्पज्ञ, अपरिपूर्णच होय.

फ्यूरबाखने धर्माची चिकित्सा करून असे मांडण्याचा प्रयत्न केला, की वस्तुतः मानव हाच ईश्वराचा म्हणजे ईश्वरकल्पनेचा निर्माता आहे. मानवाला आपल्या

अपूर्णत्वाची जाणीव होते आणि तो एका परिपूर्ण अशा अस्तित्वाची कल्पना करून ते आपल्या बाहेर प्रक्षेपित करतो. ईश्वर ही एक मानवनिर्मित व मानवप्रक्षेपित संकल्पना आहे; पण ती (म्हणजे तो ईश्वर) खरोखरच अस्तित्वात आहे व त्यानेच आपल्याला निर्माण केले आहे, असे समजून मानव त्याच्यापुढे नमून अगतिक होतो. ईश्वर हे अशा प्रकारचे मानवाचे दूरीकृत सार (alienated Essence) होय.

कार्ल मार्क्सने याच उलटापालटीच्या पद्धतीचा अवलंब पहिल्यांदा हेगेलच्या चैतन्यवादी (Idealist) तत्त्वज्ञानावर केला. हेगेलच्या मते चैतन्य आत्म (Spirit) किंवा कल्पना (Idea) हे मूलद्रव्य असून त्याचे बाह्य वस्तुकरण म्हणजे जड निसर्ग किंवा विश्व. मार्क्सने जड द्रव्य (Matter) मूळ मानून मानवी मन आणि त्याच्या कल्पनाविश्वाला त्याची अभिव्यक्ती किंवा उत्क्रांती मानली. ही उलटापालट करून त्याने एकूणच जर्मन चिद्वादी तत्त्वज्ञानाची समीक्षा केली.

अशीच समीक्षा त्याने ॲडम स्मिथपासून सुरू झालेल्या अभिजात अर्थशास्त्राची केली. या भांडवली अर्थशास्त्राने उत्पादन प्रक्रियेत भांडवल हा प्रधान घटक मानून श्रमाला दुय्यम स्थान दिले. हा सारा उफराट्या जाणिवेचा चिद्वादी प्रकार असल्याचे सांगून मार्क्सने श्रम हा मूलघटक असून भांडवलनिर्मितीच श्रमातून होत असल्याने तो प्रधान असल्याचे सांगितले. एक अर्थाने ही एक 'कोपर्निकन रिव्होल्यूशन' म्हणता येईल. कोपार्निकसने पूर्वीच्या खगोलवेत्त्यांच्या पृथ्वीकेंद्र सिद्धान्ताचा त्याग करून सूर्यकेंद्र सिद्धान्ताची मांडणी केली. पूर्वीच्या खगोलवेत्त्यांच्या पृथ्वीकेंद्र सिद्धान्ताचा त्याग करून सूर्यकेंद्र सिद्धान्ताची मांडणी केली. पूर्वीचे टॉलमी वगैरे विद्वान पृथ्वी ग्रहमालेत केंद्रस्थानी असून, सूर्यासह इतर ग्रह तिच्या भोवती फिरतात, असे समजत होते. आता कोपर्निकसने सूर्य केंद्रवर्ती असून, पृथ्वी वगैरे ग्रह त्याच्या भोवती फिरतात, असे प्रतिपादन केले. हाच तो स्थानविपर्यास किंवा उलटापालट.

स्त्रीप्रश्नाच्या बाबतीत येथे असेच घडलेले दिसते. धर्मपरंपरेने विशेषतः मनुस्मृत्यादि ग्रंथांनी सर्व दोष स्त्रीला चिकटवले. जोतीराव आता अशी भूमिका घेतात की साहस, माया वगैरे जे दोष स्त्रियांचे म्हणून सांगितले जातात आणि ज्यानुसारच त्यांच्याशी व्यवहार केला जातो, ते वस्तुतः स्त्रियांचे नसून पुरुषांचे आहेत. लबाड पुरुषांनी मतलबाप्रमाणे ते स्त्रियांवर आरोपित करून त्यांच्या आधारे त्यांचे शोषण केले. येथे पुरुष कोणत्या धर्माचा वा जातीचा आहे, हा प्रश्नच उद्‌भवत नाही. ही एकूणच पुरुषांची लबाडी आहे. पंडिता रमाबाईंना विरोध करणारे पत्रकार ब्राह्मण होते; परंतु आता ताराबाईंवर टीका करण्यासाठी त्यांच्याच जातीचे म्हणजे शूद्र पत्रकार पुढे सरसावले. म्हणजेच येथे जातसंदर्भ निरर्थक ठरून लिंगभाव महत्त्वाचा व निर्णायक ठरतो.

सत्सार २ मध्ये जोतीरावांचे एक महत्त्वाचे वाक्य आहे :

> ''बाळा, तूं सारासार विचार करून पाहिल्यावर स्त्रियांपेक्षां पुरुषच अधिक पक्षपाती, दगेबाज, ठक, साहसी, क्रूर व नित्य नवीन ज्यास्ती भयंकर, धाडसी, दृष्टी कर्मे आचरणारे आहेत.''

या वाक्याचा सोदाहरण विस्तार जोतीराव करतात तो वाचण्यासारखा आहे. पुरुषांचा लोभ त्यांना सैन्य उभारून शेजारचे देश युद्धातील हिंसेने काबीज करण्यास प्रवृत्त करतो, हेही ते निदर्शनास आणतात.

अशा प्रकारे स्त्रियांवरील अन्याय ही सार्वत्रिक पुरुषी घटना असल्याने हिंदुस्थान देश तिला अपवाद असल्याचे किंवा तो त्यात मागे असल्याचे कारण नाही. तथापि, हिंदुस्थानापुरते सांगायचे झाले तर या अन्यायाला धर्माने आणि धर्मग्रंथांनी समर्थनपूर्वक आधार दिला आहे; म्हणजेच शूद्र आणि अतिशूद्र यांच्यावरील अन्यायाला जे जबाबदार ठरतात ते म्हणजे ब्राह्मण, त्यांचा धर्म आणि त्यांचे धर्मग्रंथ.

जोतीरावांना मराठी भाषेचे व्याकरण समजत नाही असा आक्षेप घेऊन निबंधमालाकार विष्णुशास्त्री चिपळूणकर यांनी जोतीरावांनी उपस्थित केलेल्या मूलभूत प्रश्नांपासून लक्ष विचलित करण्याचा प्रयत्न केला होता हे सर्वज्ञातच आहे. पण जोतीरावांनी भाषेतील कर्ता-कर्म-क्रियापदांपेक्षा प्रत्यक्ष व्यवहारातील कर्ता-कर्म-क्रियापदांकडे लक्ष देऊन त्यात घडवून आणलेली उलथापालथ अधिक महत्त्वाची होती. त्यांनी महाराष्ट्रास विद्रोहाचे व्याकरण शिकवले– ज्यात उद्देश्य आणि विधेय यांची उलटापालट झाली; लिंगभेदभावास छेद मिळाला.

सत्यशोधक समाजोक्त मंगलाष्टकासह सर्व पूजाविधी

शूद्र शेतकरी आणि सर्ववर्णीयजातीय स्त्रिया यांच्यावरील अन्याय अत्याचारांना वाचा फोडत असताना जोतीरावांचे सत्यशोधक समाजाचे म्हणजे सार्वजनिक सत्यधर्माचे कार्य जोमाने चालू होतेच. त्यांच्या या नवीन धर्माचे वैशिष्ट्य म्हणजे ईश्वर आणि त्याचा भक्त यांच्यामधील पुरोहित नावाच्या मध्यस्थाचे उच्चाटन. जोतीराव हे तत्त्वज्ञानाच्या क्षेत्रात द्वैती होते. परमात्मा आणि जीवात्मा हे दोन भिन्न पदार्थ असून, त्यांची बरोबरी होऊ शकत नाही ही द्वैती तत्त्वज्ञानाची भूमिका. याउलट जीवात्मा हा परमात्माच आहे, असे अद्वैत तत्त्वज्ञान म्हणते. हे तत्त्वज्ञान किंवा हा अद्वैत वेदान्त उपनिषदांमधील काही मूलभूत विधानांवर आधारित आहे. या विधानांना महावाक्य असे म्हणतात. 'अहं ब्रह्मास्मि', 'तत्वमसि', 'अयमात्मा ब्रह्म', 'सर्व खल्विदं ब्रह्म' अशी ही महावाक्ये आहेत. द्वैतवादी

जोतीरावांनी अद्वैती तत्त्वज्ञानाच्या उत्पत्तीची संगती लावताना असे प्रतिपादन केले आहे की, ईश्वर आणि मानव यांच्यात मध्यस्थी करणाऱ्या ब्राह्मणांनी स्वतःकडे ईश्वरत्व घेऊन खऱ्या देशाला जणू बाजूला ठेवले. 'अहं ब्रह्म' या विचारावर त्यांनी तो ब्राह्मणांचा धर्मविचार असून त्याच्या आधारे हे भूदेव बनून बहुजन समाजाला नाडतात, अशी टीका केली आहे.

जोतीरावांच्या सत्यशोधक समाजाप्रमाणे प्रार्थना समाजिस्टही द्वैतीच होते. दोघांनीही तुकोबांच्या वचनांचा आधार घेत मांडणी केली. 'तुका म्हणे अहं ब्रह्म । आड येऊ नेदी भ्रम।।' 'अहं म्हणे ब्रह्म । नेणे भक्तिभाव वर्म ।' अशी तुकोबांची वचने यासाठी त्यांना उपयुक्त ठरली असणार हे उघड आहे. या अद्वैती मंडळींनी स्वतःला 'भूदेव' म्हणवून घेण्यावर जोतीरावांनी कडक शब्दांत प्रहार केले आहेत.

अद्वैती ब्राह्मणी धर्म ब्राह्मणश्रेष्ठत्व आणि शूद्रादिशूद्र व स्त्रिया यांचे नीचत्व यावर आधारित असल्याचे आढळून आलेल्या जोतीरावांनी आपल्या नव्या धर्मात या गोष्टींना फाटा द्यावा हे ओघाने आले. पण तात्त्विक मांडणीचा मुद्दा जसा महत्त्वाचा असतो, तसाच दैनंदिन जीवनातील काही विशिष्ट कर्मांना अधिमान्यता, पावित्र्य देण्यासाठी ज्या धार्मिक विधींची आवश्यकता असते तेही महत्त्वाचे असतात. आजपर्यंत हे विधी किंवा कर्मकांड ब्राह्मण पुरोहितांच्या हस्ते होत असायचे. लग्न लावणे, मृताचे अंत्यसंस्कार, श्राद्ध असे विधी होत. हे विधी व त्यात म्हटले जाणारे मंत्र हे या पुरोहितांच्या गृहीतांवर आधारित असणार हे उघड आहे. जोतीराव ब्राह्मणी धर्म व त्याची गृहीतके नाकारतात; तसेच ते त्यांचे प्रवक्ते असलेल्या ब्राह्मण पुरोहितांची मक्तेदारीही नाकारतात.

पण धर्माच्या क्षेत्रात नुसते नाकारून भागत नाही. नाकारल्यानंतर धर्मजीवनात जी पोकळी निर्माण होते, ती भरून काढणे आवश्यक असते. ब्राह्मणी पद्धतीचे कर्मकांड नाकारल्यावर त्याला पर्याय देणे जोतीरावांसाठी व त्यांच्या धर्मासाठी आवश्यक होते. (प्रार्थना समाजानेही त्याचे स्वतःचे कर्मकांड विकसित केले होते, याची येथे नोंद घ्यायला हवी.)

जोतीरावांनी हा मुद्दा गंभीरपणाने घेतला असणार हे त्यांनी रचलेल्या 'सत्यशोधक समाजोक्त मंगलाष्टकासह सर्व पूजा-विधी' या छोटेखानी प्रकरणातून दिसून येते. हा पूजाविधी नारायण मेधाजी लोखंडे यांनी १८८७च्या जून महिन्यात प्रकाशित केला असला तरी जोतीरावांनी तो त्याच्या आधी तयार केला असणार व त्याला अनुसरून सत्यशोधकांचे विवाहही होत असणार हे उघड आहे. विशेष म्हणजे अगोदरच्या कृतीत– ब्राह्मणांचे कसब मध्येच जोतीरावांनी या बदलांचे सूतोवाच करून ठेवल्याचे आढळते.

हिंदू धर्मात अशा प्रकारच्या विधींमध्ये मंत्र म्हणत पौरोहित्य करणाऱ्या ब्राह्मणांना विशेष स्थान होते. ग्रामीण भागात अशा पुरोहितांना राजसत्तेनेच मान्यता दिली असून व त्यांना यासाठी वतनेही दिली जायची. पारिभाषिक शब्दांत सांगायचे झाले तर ही त्यांची 'वृत्ती' होती.

ही कृत्ये करण्यासाठी त्यांना यजमानांकडून दक्षिणा मिळे. हा त्यांचा विशेष हक्कच होता. अशा परंपरागत पुरोहितांना 'ग्रामजोशी' म्हटले जाई व त्यांच्या वृत्तीला 'जोसपण'.

जोतीरावांनी काढलेल्या नव्या धर्मात या पुरोहितांना स्थान मिळणे शक्यच नव्हते. 'ब्राह्मणाचे येथे नाही प्रयोजन' हे या धर्माचे जणू घोषवाक्यच होते.

सत्यशोधक समाजात विवाहादी प्रसंगी पौरोहित्य करण्याचे कार्य स्वजातीच्या लोकांनी करायचा पायंडा पाडण्यात आला; पण ही कृत्ये नेमकी कशी करायची, ती करताना कोणते मंत्र म्हणायचे, यात काही निश्चितता व सुसूत्रता असण्याची गरज होती. ती स्वत: जोतीरावांनीच पूर्ण केली.

या नव्या पद्धतीने जुन्नर-ओतूर परिसरात काही विवाह पार पाडले. ब्राह्मण पुरोहितांशिवाय विवाह करणे ही मोठी बंडखोरीच होती. त्यामुळे पारंपरिक ब्राह्मण पुरोहितांचा दक्षिणेचा हक्क तर बुडणार होताच; परंतु या विवाहांचा दर्जा व त्यातून होणाऱ्या संततीच्या औरसपणाचा व वारसाहक्काचाही प्रश्न उद्भवणार होता. या बाबींचा विचार केला तर पारंपरिक धर्मनिष्ठ देवभोळ्या समाजात केलेले हे मोठेच धाडसच म्हणावे लागेल.

अपेक्षेप्रमाणे ओतूर येथील काही ब्राह्मणांनी १८८४मध्ये असा विवाह करणाऱ्यांवर फिर्याद दाखल केली. बाळाजी कुशाबा डुंबरे पाटील या प्रतिवादीच्या मदतीला सत्यशोधक धावले. १८८६मध्ये खालच्या कोर्टाने फिर्यादीचे म्हणणे ग्राह्य धरून प्रतिवादीला ब्राह्मणांची दक्षिणा द्यायचा आदेश दिला. प्रतिवादींनी जिल्हा न्यायालयात धाव घेऊन अपील केले. जिल्हा न्यायालयाने प्रतिवादीचा ब्राह्मण पुरोहिताशिवाय लग्न लावण्याचा अधिकार मान्य केला. तथापि त्याच वेळी या न्यायालयाने पुरोहिताचा दक्षिणेचा हक्कही मान्य केला. म्हणजे त्याला आता त्याने प्रत्यक्षात न केलेल्या कामासाठी दक्षिणा मिळणार होती. जिल्हा न्यायालयात दाद मागण्याशिवाय पर्याय नव्हताच; पण उच्च न्यायालयाचा निकाल लागेपर्यंत किंवा यासंबंधी कायद्यात दुरुस्ती होईपर्यंत पुरोहिताची दक्षिणा चुकती करणे सत्यशोधकांना भाग होते, मग त्यांनी त्यानुसार प्रत्यक्षात लग्न लावले असो वा नसो!

न्यायालयाच्या निकालाची ही खबर जोतीराव आणि त्यांच्या सत्यशोधक सहकाऱ्यांनी जाहीर पत्रकाद्वारे कळवली. शेवटी याचा फैसला न्यायालयाकडून झाला

नाही. १९२६मध्ये रा. ब. सी. के. बोले यांनी जोशीवतनच रद्द करण्याचे विधेयक मुंबई कौन्सिलात मांडले. ते मान्य होऊन त्याचा कायदा होईपर्यंत हीच परिस्थिती राहिली!

अशा परिस्थितीत ब्राह्मण पुरोहितांच्या मध्यस्थीशिवाय करण्यात येणाऱ्या विवाहादी विधींना सुसूत्र व समंत्रक स्वरूप देणे आवश्यक होते. ब्राह्मण पुरोहितांशिवाय झालेल्या विवाहात धार्मिक दृष्ट्या कोणतीही त्रुटी न राहता विवाहाला वगैरे योग्य ती अधिमान्यता व प्रतिष्ठा मिळवण्यासाठीही याची गरज होती. जोतीरावांनी केलेली त्याची रचना नारायण मेधाजी लोखंडे यांनी जून १८८७मध्ये 'सत्यशोधक समाजोक्त मंगलाष्टकासह सर्व पूजा-विधी' ही पुस्तिका प्रकाशित करून सर्वत्र पोहोचवली.

या सर्व विधींमध्ये अर्थातच विवाह विधी सर्वात महत्त्वाचा असून, जोतीरावांनी तो यथासांग कसा पार पाडावा याच्या तपशीलवार सूचना दिलेल्या आहेत. सत्यशोधक विवाहाला जोतीराव 'मंगलरूप करार' म्हणतात हे महत्त्वाचे आहे. विवाहाचे हे स्वरूप वधू-वरांनी एकमेकांना उद्देशून म्हटलेल्या मंगलाष्टकाच्या माध्यमातून व गद्यरूप प्रतिज्ञावजा वचनांतून स्पष्ट होते. काही मंगलाष्टके सर्व उपस्थितांनी म्हणण्यासाठी रचिली गेली आहेत. विवाहात लोकसमूहात परंपरेने पिढीजात चालत आलेल्या कुलाचारांचा, कुलदेवतांच्या पूजनाचाही विधी कायम ठेवण्याचे संकेत दिले आहेत. विशेष म्हणजे विवाहविधी संपन्न होऊन वधू-वर वराच्या गावी (म्हणजेच वधू सासरी) जायला निघताना जोतीरावांनी दानधर्म करायला सांगितले आहे. 'शूद्रादि अतिशूद्रांपासून तो ख्रिस्ती, मुसलमान, पार्शी, ब्राह्मण वगैरे मानव बांधवांपावेतों कोणाची आवडनिवड न करिता त्यांच्यातील पोरक्या मुली-मुलांस व अंधपंगूस शक्यतेनुसार दानधर्म करत आपल्या गावी जावे,' असे ते म्हणतात. या वाक्यातील ब्राह्मणांचा समावेश लक्षणीय आहे.

विवाहाखेरीज वास्तुशांती आणि दशपिंड हे विधी सत्यशोधक पद्धतीने पार कसे पाडावेत याचेही तपशीलवार मार्गदर्शन करण्यात आले आहे. वास्तुशांती विधीत आपल्या जातीतील मुली-मुलांस विद्या शिकविण्यासाठी जातफंडास महादक्षिणा देण्याचाही अंतर्भाव आहे. घरबांधणी करणाऱ्या श्रमिक कामगारांनाही जोतीराव विसरत नाहीत हे विशेष.

विधींमध्ये म्हणण्यासाठी आदिसत्याच्या दोन आरत्याही फुल्यांनी रचल्या आहेत.

जोतीरावांनी २ मार्च १८८८ या दिवशी केलेली एक महत्त्वाची सांकेतिक कृती त्यांचा सार्वजनिक जीवनातील शेवटचा हस्तक्षेप ठरली. इंग्लंडचा राजपुत्र व कदाचित भावी सम्राट हिंदुस्थानात आला असताना त्याने पुणे शहराला भेट दिली. या निमित्ताने त्याच्यासाठी विशेष मेजवानीचा थाट रचण्यात आला. शहरातील एक प्रतिष्ठित नागरिक, माजी नगरसेवक या नात्याने जोतीरावांनाही निमंत्रण होते. समारंभास उपस्थित असलेले सर्व अतिप्रतिष्ठित

नागरिक शिष्टाचाराचे संकेत पाळत, शिवाय आपले वैशिष्ट्य नजरेत भरेल असे ठेवणीतले पोषाख करून उपस्थित झाले होते. जोतीरावही तेथे अवतीर्ण झाले; पण ते सर्वसाधारण खेडुत कुणब्याच्या पोषाखात. समाजातील ज्या वंचित, उपेक्षित, शोषित घटकांची ब्रिटिश सरकार दखल घेत नव्हते, त्यांचे प्रातिनिधिक दर्शन जोतीरावांनी राजपुत्रास या कृतीतून घडवले. (जोतीरावांच्या या कृत्याची आठवण व्हावी असे कृत्य नंतर ४०-४५ वर्षांनी दुसऱ्या महात्म्याने म्हणजे गांधीजींनी केले. ते थेट इंग्लंडमधील राजप्रासादात राजेसाहेबांच्या मेजवानीस अर्धा पंचा नेसून उपस्थित राहिले.) जनतेने सत्कार करून त्यांना 'महात्मा' ही पदवी दिली. या आयोजनात नारायणराव लोखंडे आणि रामचंद्रराव बंडेकर अग्रेसर होते.

जोतीरावांना जनतेनेच महात्मा म्हणणे या गोष्टीची ब्रिटिश शासनाने त्यांचा कसा गौरव केला या प्रश्नाबरोबर चर्चा करायला हवी. जोतीरावांवर ते ब्रिटिशधार्जिणे असल्याचा आरोप होत होता. ते ब्रिटिशधार्जिणे आणि ब्रिटिश सरकारचे हस्तक असते तर सरकार त्यांना सय्यद अहमद खानाप्रमाणे 'सर' जाऊ द्या; पण निदान 'रावबहादूर' उपाधीने मंडित करायला चुकले नसते. सरकारने ते केले नाही याचा अर्थ स्पष्ट आहे. चाणाक्ष ब्रिटिश सरकारला त्यांची स्वातंत्र्यप्रियता ठाऊक असल्यामुळे त्याने त्यांची शाल-जोडीवर बोळवण केली आणि तीही शैक्षणिक कार्यासाठी, अगदी सुरुवातीच्या काळात.

सार्वजनिक सत्यधर्म पुस्तक

सार्वजनिक सत्यधर्म पुस्तक ही जोतीरावांची अखेरची रचना होय. जोतीरावांनी स्थापन केलेला सत्यशोधक समाज हा एक वेगळा धर्मपंथच होता. त्याच्या आधी दादोबा पांडुरंगांची परमहंस सभा किंवा पारमहंसिक ब्राह्म धर्म आणि रानडे-भांडारकरांचा प्रार्थना समाज हे दोन पर्याय अस्तित्वात होते. स्वामी दयानंद सरस्वती यांनी स्थापन केलेला आर्यसमाज सुद्धा कार्यरत झाला; परंतु हा समाज अगोदर उल्लेखिलेल्या तीन धर्मांप्रमाणे नवीन धर्म अथवा धर्मपंथ नसून वेदकालीन आर्यांच्या धर्माचे पुनरुज्जीवन होते. प्रार्थना समाज तर सर्व धर्मांमधील योग्य तत्त्वे निवडून सिद्ध केलेला उत्क्रांत धर्म होता. या धर्मामध्ये अर्थातच उपनिषदांवर आधारलेल्या वैदिक धर्माचाही समावेश होता. त्याला उपास्य या नात्याने वेदप्रतिपाद्य निराकार ब्रह्म मान्य होतेच. त्यामुळे प्रार्थना समाजाच्या उपासनेत व प्रार्थनांमध्ये औपनिषदिक मंत्रांचाही समावेश असे.

दादोबांच्या परमहंस सभेबद्दलही असेच म्हणावे लागेल. पारमहंसिक ब्राह्म धर्म या त्यांच्या पर्यायी नावावरूनच त्याने ब्रह्मकल्पनेचा स्वीकार केला होता, असे दिसते. मात्र या दोन्ही धर्मांना सगुण मूर्तीची उपासना मान्य नव्हती. जोतीरावांना परमहंस सभेचे आकर्षण होते ते तिच्या जातिभेदाला असलेल्या तीव्र विरोधामुळे.

या दोन्ही पंथांनी स्वतःचे धर्मग्रंथ सिद्ध केले होते. दादोबांचा पंथ नंतर मोडला. प्रार्थना समाज ऐन भरात असून वर्धिष्णूही होता; पण त्याच्याकडे 'प्रार्थना संगीत' नावाचे धर्मपुस्तक होते. वेगवेगळ्या रचनांचा समावेश करण्यात आला असून, उपासना कशी चालवावी, लहान-मोठे विधी कसे पार पाडावे, याच्या मार्गदर्शक सूचना होत्या.

या दोन्ही समाजांप्रमाणे जोतीरावांच्या धर्मसमाजातही साप्ताहिक उपासना चालायच्या. तिघांमधील साम्य म्हणजे तुकोबांच्या अभंगांचे पठण.

मात्र, जोतीरावांच्या धर्माला अद्याप स्वतंत्र धर्मपुस्तक नव्हते. असे स्वतंत्र पुस्तक सिद्ध करायचे म्हटले तर त्यासाठी आवश्यक असलेली किमान फुरसत जोतीरावांना मिळणे अशक्यप्राय होते. त्यांची कार्यमग्नता दिवसेंदिवस वाढत होती. या अविश्रांत श्रमामुळे जोतीरावांच्या प्रकृतीवर ताण पडला. त्यांना पक्षाघाताचा झटका आला. सुदैवाने डॉ. विश्राम रामजी घोले या निष्णात डॉक्टरांकडून वेळच्या वेळी उपचार मिळाल्यामुळे जोतीरावांना महिन्याभरात आराम वाटू लागला. तथापि त्यांचा उजवा हात कायमचा निकामी झाला व शिवाय त्यांना सक्तीची विश्रांती घेणेही भाग पडले.

मिळालेल्या वेळेचा सदुपयोग व्हावा म्हणून जोतीरावांनी धर्मपुस्तक लिहायचे काम हाती घेतले. 'हाती घेतले' हा झाला वाक्यप्रचार. प्रत्यक्षात ते हाती घेण्यासाठी त्यांचा उजवा हात, त्याच्यावरून वारे गेल्यामुळे सक्षम राहिला नव्हता, ते लिहू शकत नव्हते. पण अशा कारणाने हार मानतील तर जोतीराव फुले कसले? या अडथळ्यावर मात करण्यासाठी त्यांनी डाव्या हाताने लिहायचा सराव केला व परिश्रमपूर्वक धर्मपुस्तक लिहून काढले.

१ एप्रिल १८८९ रोजी छोटी प्रस्तावना लिहिली. पुस्तक लिहून झाले तरी ते छापण्यासाठी पुरेसे पैसे नव्हते. अशा वेळी त्यांचे जुने मित्र मोरो विठ्ठल वाळवेकर मदतीला धावून आले. त्यांनी अर्थसाहाय्य केले व पुस्तकाचे मुद्रण सुरू झाले.

दरम्यान त्यांच्या आजारपणात, त्यांनी आजवर केलेल्या लोकसेवेची दखल घेऊन बडोदाअधिपती सयाजीराव गायकवाड यांनी आर्थिक साहाय्य करावे अशा प्रकारची शिफारस स्वतः डॉ. घोले आणि नारायण महादेव तथा मामा परमानंद यांनी केली. महाराजांना जोतीरावांचे कार्य ठाऊकच असल्याने त्यांनी अनुकूल प्रतिसाद देत तशी तरतूद केली.

हा इतिहास स्वतः जोतीरावांनीच धर्मपुस्तकाच्या समारोपात दिलेल्या अखंडातून विशद केला आहे.

गायकवाडी आश्रय, घोल्याची नजर ।। होती अनिवार ।। फी न घेतां ।।१।।
दुष्ट रोगांतून फुल्या वांचविला ।। आनंदी पत्नीला।। केली ज्याच्या ।।२।।

बुवाजीचें द्रव्य समाजीं नमूद ।। फुल्या केला मर्द ।। रोग्यांमध्यें ।।३।।

योजूनीयां मनीं प्रश्न करणारे ।। आप्तइष्ट सारे ।। नाडलेले ।।४।।

'सार्वजनिक सत्यधर्म' पुरा केला ।। त्यास छापण्याला ।। द्रव्यतूट ।।५।।

जाणूनी ही वार्ता मित्र मोरोपंतें ।। नेलें छापण्यातें ।। पुस्तक हें ।।६।।

ज्याचा मूळ मुद्दा सर्वांचा निर्मीक ।। सत्य आहे एक ।। नसे दूजा ।।७।।

आपसुखासाठीं त्यानें केलें सर्व ।। वाहूं नको गर्व ।। पूजेमध्ये ।।८।।

स्त्री-पुरुषांमध्यें निवड नसावी ।। गुणें आदरावीं ।। सर्व काळ ।।९।।

एकोणीस शतकीं ग्रंथ केला सिद्ध ।। वाचोत प्रबुद्ध ।। जोती म्हणे ।।

(अखंडात 'बुवाजी' असा उल्लेख झालेले गृहस्थ म्हणजे नागेश्वरगीर कल्याणगीर बुवा.)

या अखंडात जोतीरावांनी आपल्या ग्रंथाचा सारार्थ स्वतःच सांगितला आहे म्हणूनही तो महत्त्वाचा आहे. आणखी एक अखंडात जोतीरावांनी स्वतंत्रपणे यातील काही गोष्टींचा उल्लेख केला आहे.

सार्वत्रिक सत्य ग्रंथ रचियेला ।। त्यास छापण्या द्रव्य तूट ।।

शूद्रादिक किव येताच मानवा ।। देशस्थ बांधवा ।। मर्दापरी ।।

विक्री छापण्याची केली सुरुवात ।। प्रती वीस शत ।। एकदम ।।

विक्री झाल्यावर दाम घेणे बोली ।। टोचणी ही चिक्कू शूद्रा दिली ।।

सदसद्विवेकी सुबोधाचा दाता ।। गृहिणीचा पिता जोति मित्र ।।

मोरो विठ्ठल वाळवेकर धेंड । सहिष्णू अखंड मुंबापुरी ।।

ग्रंथ लिहून पूर्ण झाल्यावर तो छापण्यासाठी मुंबईच्या सुबोध प्रकाशन छापखान्यामध्ये छापण्यासाठी दिला.

मात्र पुस्तक छापून पूर्ण होण्यापूर्वीच २७ नोव्हेंबर १८९० या दिवशी जोतीराव कालवश झाले. त्यानंतर छपाई पूर्णत्वास नेऊन पुस्तक प्रकाशित करण्याचे उर्वरित काम जोतीरावांचे दत्तकपुत्र यशवंत यांनी केले. तोपर्यंत १८९१ साल उजाडले होते.

*गुलामगिरी*प्रमाणे *सार्वजनिक सत्य धर्मपुस्तक* हा ग्रंथ जोतीरावांनी संवादाच्या रूपातच लिहिला आहे.

ग्रंथनिर्मितीचे प्रयोजन आणि ग्रंथातील आशयाचे स्वरूप जोतीरावांनी १ एप्रिल १८८९ रोजी लिहिलेल्या प्रस्तावनेत थोडक्यात विषद केले आहे.

> या आपल्या अमर्याद विस्तीर्ण पोकळीमध्यें निर्मिकानें अनंत सूर्यमंडळांसह त्यांच्या ग्रहोपग्रहांसहित तत्संबंधी एकंदर सर्व प्राणिमात्रांस उत्पन्न केलें

आहे. त्यांपैकीं आपण सर्व मानव स्त्री-पुरुषांनीं त्याविषयी काय काय करावे आणि आपण सर्व एकंदर मानव स्त्री-पुरुषांनीं त्याचें स्मरण मनीं जागृत ठेवून एकमेकांशी कोणत्या तऱ्हेचें आचरण केल्यामुळें त्यास आनंद होणार आहे; यास्तव मी त्याच्या कृपेने एकंदर सर्व मानव स्त्री-पुरुषांच्या हितासाठीं हा लहानसा ग्रंथ रचिला आहे.

जगातील मानवांची धडपड सुखासाठी आहे. सुख सर्वांनाच हवे असते ही गोष्ट फुल्यांच्या समकालीन इंग्लंडमधील बेन्थाम आणि मिल यांच्यासारख्या सुखवादी तत्त्वज्ञच सांगत होते, अशातला भाग नाही. धर्मसंस्थापकांचे सुद्धा मानवाला असे सुख इहलोकी आणि परलोकी मिळवून देण्याचे आश्वासन असते. जोतीरावही त्याच्यापासूनच सुरुवात करतात. त्यांच्या मते सत्य हा सुखाचा आधार व पाया आहे. या सत्याला अनुसरून केलेल्या आचरणाला ते सद्‌वर्तन असे म्हणतात. आणि सद्‌वर्तन हाच धर्म होय. सुखप्राप्तीसाठी सद्‌वर्तनी म्हणजेच धार्मिक व्हावे. तसे न केल्यास दुःख, संघर्ष या गोष्टी अटळ आहेत. हा सर्व सारार्थ जोतीराव ग्रंथातील एका अखंडातून व्यक्त करतात.

सत्य सर्वांचें आदी घर ।। सर्व धर्मांचें माहेर ।।धृ.।।
जगामाजीं सुख सारें ।। खास सत्याचीं तीं पोरें ।।१।।
सत्य सुखाला आधार ।। बाकी सर्व अंधकार ।।

हाच आशय पुढे गणपतरावांबरोबरील संवादात गद्यातून व्यक्त होतो.

जोतीराव, उ० : सर्व स्त्रियांनी आणि सर्व पुरुषांनीं एकमेकांत एकमेकांनीं कोणत्याच प्रकारची आवडनिवड न करितां या सर्व स्त्री-पुरुषांनी या भूगोलावर आपलें एक कुटुंब समजून एकभावनेंने, एकजुटीनें एकमेकांशी सत्यवर्तन करून आपणां सर्वांच्या निर्मिकास संतोष देऊन आपण त्याचीं आवडतीं लेकरें होतात; त्यांनां सत्यवर्तन करणारे म्हणावेत.

जोतीराव : आपण सर्व निर्माणकर्त्यानें निर्माण केलेली लेकरें असून, त्याच्याच कुटुंबातील आहोंत, असे समजून प्रेमानें व गोडीगुलाबीनें एकमेकांशीं वर्तन करावें.

गणपतराव, प्र० : पुरे आतां; कारण त्या सर्व धर्मपुस्तकांत कांहींना कांहीं जर सत्य आहे, तर त्या भूमंडळावर जेवढे म्हणून धर्म आहेत, ते सार्वजनिक सत्याचीं लेकरें आहेत, अशी माझी खात्री झाली.

संवादात जोतीराव हेही सांगायला विसरत नाहीत, की 'परंतु या सदरच्या नियमास अनुसरून एकंदर सर्व स्त्रीपुरुषांनीं जर सत्य आचरण केलें असतें तर एकंदर सर्व जगांतील देवबाप्पा परशुरामादि शिपायांस, पोलिसास, न्यायाधिशास व तुरंगावरील शिपायास अजिबाद फांटा द्यावा लागला असता.' ही तर राज्य नावाच्या दमनयंत्राच्या निर्मितीची संक्षिप्त मीमांसाच झाली.

सार्वजनिक सत्यधर्म हा जोतीरावांच्या विश्वकुटुंबवादी तत्त्वज्ञानावर आधारित असून, त्यात ईश्वराचे पितृत्व आणि मानवांचे भ्रातृत्व ही दोन गृहीतके आहेत. सर्व मानव एकाच ईश्वराची निर्मिती असल्याने ते 'अवयवांनी' आणि 'बुद्धिकौशल्याने' सारखेच आहेत. त्यामुळे ते ईश्वरानेच निर्माण केलेल्या वस्तूंचा उपभोग घेण्यासही सारखेच हक्कदार आहेत. असे असताना लोक धर्मभेद व राष्ट्रभेद निर्माण करून त्यांच्या बळावर अन्य काही मानवांना गुलाम करून त्यांच्या मानवी हक्कांचा त्यांना उपभोग घेऊ ते नाहीत हे अधर्माचे कृत्य होय.

जोतीरावांचा शुष्क कर्मकांडास, आचारसहित पोकळ नामस्मरणास, पूजा-अर्चा नैवेद्यास विरोध आहे. हे खरे धर्माचरण नसून निर्मिकाचे कृतज्ञतापूर्वक स्मरण करून सद्वर्तन करावे हाच धर्म.

*सत्सार*च्या दोन अंकांमध्ये रमाबाई आणि ताराबाई यांच्या निमित्ताने व्यक्त झालेला जोतीरावांचा स्त्रीविषयक विचार धर्मपुस्तकात पूर्णतः विकसित झालेला दिसतो. बळवंतराव साकवळकरांच्या प्रश्नात उत्तर देताना जोतीरावांनी स्त्री आणि पुरुष या उभय मानवांमध्ये पुरुषापेक्षा स्त्रीच श्रेष्ठ असल्याची स्पष्ट भूमिका घेऊन तिचे सकारण स्पष्टीकरण केले आहे. जगातील एकही धर्मग्रंथ स्त्रीने रचला नाही याकडे ते लक्ष वेधतात. सर्व मानव समान आणि त्यातही स्त्री श्रेष्ठ असे असले तरी जातिभेदासारख्या गोष्टी उत्पन्न करून काही मानवांना व एकंदर सर्वच स्त्रियांना तुच्छ मानले जाते, त्यांचे हक्क हिरावून घेतले जातात. हे जोतीरावांच्या लेखी पापच होय. असे पाप करण्याची प्रवृत्ती का होते, याचे उत्तर आहे लोभ. 'लोभाने ज्याचे चित्त आकृष्ट झाले आहे अशा मनुष्याने ईश्वराने दिलेल्या सद्‌विचाररूपी गुणांचा अव्हेर केल्यामुळे ते पुरुष पापी झाले.'

जातिभेदाची मीमांसा करताना जोतीरावांनी परत एकदा हिंदुस्थान ऊर्फ बळीस्तानच्या इतिहासाची उजळणी केली आहे.

> 'सर्व मानवांनी निर्माणकर्त्याचे भय सदासर्वकाळ जागृत न ठेवता त्याने निर्माण केलेल्या मानवा स्त्री-पुरुषांनी एकमेकांविषयी बहीण-भावंडापणाची पवित्र वृत्ती जागृत न ठेविल्यामुळे या जगामध्ये सत्याचा मुळीच ऱ्हास होत गेला व त्यामुळे एकंदर सर्व जगात असंतोष होऊन दुःखाचे प्राबल्य झाले.'

जोतीरावांची ही मीमांसा तुकोबांच्या *'तुका म्हणे पापे । घडती सत्याचिया लोपे ॥'* या विचारांशी मिळती जुळती आहे.

ब्राह्मणांनी काढलेल्या धार्मिक, सामाजिक आणि राजकीय संस्थांवरील आणि चळवळींवरील जोतीरावांचा संशय व कटाक्ष त्यांच्या या अखेरच्या रचनाकृतीतही व्यक्त झालेला आहे. त्यांच्यात ब्राह्मो समाज, प्रार्थना समाज, सार्वजनिक सभा आणि मुख्य म्हणजे नव्याने निघालेली राष्ट्रसभा किंवा नॅशनल काँग्रेस यांचा समावेश होता. ब्राह्म व प्रार्थना समाजासाठी ब्रह्मघोळ, ब्रह्मगारुड असे शब्दप्रयोग जोतीराव करतात. 'बाह्यात्कारी धर्मसंबंधी, परंतु आतून शुद्ध राजकीय' अशी त्यांची या समाजांवर टीका आहे. सार्वजनिक सभेसंबंधी ते लिहितात-

> 'मोघम आम्हा हिंदूस कलेक्टरांच्या जागा, युरोपियन लोकांसारख्या इंग्रज सरकारने द्याव्यात, म्हणून सार्वजनिक सभेच्या रेकार्डात अर्ज असतील; परंतु ते अर्ज अविद्वान शूद्रादि अतिशूद्रांच्या काय उपयोगाचे? कारण मोघम नाव हिंदूचे आणि उपभोग घेणारे एकटे ब्राह्मण. वाहवा रे सभ्य आणि वाहवा रे दुटप्पी तिचे रेकॉर्ड!'

या संदर्भात जोतीरावांनी नॅशनल सभा किंवा काँग्रेसवर केलेली टीका समजून घेता येते. त्यातूनच फुल्यांची राजकीय विचारसरणी स्पष्ट होते.

भारतातील सर्वच लोकांचे आपण प्रतिनिधित्व करतो आणि त्यांच्या वतीनेच ब्रिटिश सरकारकडे काही मागण्या करतो असा काँग्रेसचा दावा होता. त्यावर जोतीराव देशातील जातवास्तवाकडे लक्ष वेधतात. जोतीरावांचा पहिला सवाल आहे –

> 'वेगवेगळ्या जातींतील लोकांमध्ये आपआपसात रोटीव्यवहार व बेटीव्यवहार होऊ देण्याविषयी त्यांनी प्रतिबंध केल्यामुळे अर्थातच त्या सर्वांमध्ये भिन्नभिन्न प्रकारचे आचार-विचार, खाणे-पिणे, रीतिभाती, एकमेकांच्या एकमेकांशी मिळत नाहीत. अशा अठरा धान्यांची एकी होऊन त्यांचे चरबरीत कोडबुळे म्हणजे एकमय लोक कसे होऊ शकतात?'

त्यांचा दुसरा सवाल आहे –

> *आणि या बळीस्थानातील एकंदर शूद्रादि अतिशूद्रांसह भिल्ल, कोळी वगैरे सर्व लोक विद्वान होऊन विचार करण्यालायक होईपर्यंत ते सर्व सारखे एकमय लोक झाल्याशिवाय होऊ शकत नाहीत. असे असता एकट्या उपऱ्या आर्यभट*

ब्राह्मण लोकांनी नॅशनल काँग्रेस स्थापिली, तर तिला कोण विचारतो?'

याच संदर्भात व्हाईसरॉय लॉर्ड रिपन, ज्येष्ठ प्रशासक हंटर अशा मोठमोठ्या इंग्रज अधिकाऱ्यांनाही भारतामधील शूद्रातिशूद्रांच्या स्थितीचे पुरेसे ज्ञान नसल्याच्या आरोपाची जोतीरावांनी पुनरावृत्ती केली आहे.

गणपतराव थोरात यांनी सत्यवर्तन करणारे कोणास म्हणावे असा प्रश्न उपस्थित केला. त्यावर जोतीरावांनी सद्‌वर्तन करणाऱ्यांची एकूण तेहतीस लक्षणे सांगितली आहेत. त्यातील काही मूलभूत लक्षणांची नोंद घ्यायला हरकत नसावी.

> 'आपल्या सर्वांच्या निर्माणकर्त्यांने एकंदर सर्व प्राणीमात्रांस उत्पन्न केलें. त्यांपैकीं स्त्री-पुरुष हे उभयता जन्मतांच स्वतंत्र व एकंदर सर्व अधिकारांचा उपभोग घेण्यांस पात्र केले आहेत, असें कबूल करणारे, त्यांस सत्यवर्तन करणारे म्हणावेत.'

> 'आपल्या सर्वांच्या निर्माणकर्त्यानें एकंदर सर्व मानव स्त्री-पुरुषांस धर्म व राजकीय स्वतंत्रता दिली आहे, ज्यांपासून दुसऱ्या एखाद्या व्यक्तीस कोणत्याही तऱ्हेचे नुकसान करितां येत नाही, अथवा जे कोणी आपल्यावरून दुसऱ्या मानवाचे हक्क समजून इतरांस पीडा देत नाहींत त्यांस सत्यवर्तन करणारे म्हणावे.'

गणपतरावांच्या एका प्रश्नास उत्तर देताना जोतीराव असे स्पष्ट करतात की, 'पूर्वी होऊन गेलेल्या सत्पुरुषांच्या धर्मपुस्तकांत त्यांनी त्यांच्या समजुतीप्रमाणे पुरुषांच्या हक्कांविषयी काहीना काही सत्य प्रतिपादन केले असले (अशी धर्मपुस्तके स्त्रियांनी लिहिली नाही. त्यामुळे त्यांच्या स्त्रियांच्या हक्कांविषयी हयगय झाली असल्याचे सत्य जोतीराव स्पष्टपणे नोंदवतात.) तरी त्यांच्या अनुयायांमध्ये खूप भेदभाव पडलेला दिसतो. कारण जे आपल्या धर्मावरून व दुसऱ्याच्या धर्माविषयी सारासार विचार न करता माझाच धर्म खरा आहे म्हणून बेलगामी हट्ट धरून बसतात; परंतु एकमेकांनी एकमेकांच्या धर्माविषयी सारासार विचार केल्याबरोबर कोणीच कोणाच्या धर्माला खोटे म्हणणार नाहीत.'

पुढे जाऊन जोतीराव धर्माकडे त्या त्या काळातील लोकांच्या ज्ञानाच्या पातळीच्या संदर्भात पाहायची सूचना करतात. हा मुद्दा फारच महत्त्वाचा आहे.

जोतीराव समता व स्वातंत्र्य याचे पुरस्कर्ते असल्याचे त्यांच्या धर्मविचारांवरूनही म्हणता येते. ते स्वत: सार्वजनिक सत्यधर्माचे पुरस्कर्ते असले तरी त्याचबरोबर व्यक्तीच्या धार्मिक स्वातंत्र्याचेही पाठिराखे होते. त्यामुळे 'या भूमंडळावर महासत्पुरुषांनी

जेवढी म्हणून धर्मपुस्तके केली आहेत, त्या सर्वांत त्या त्या वेळेस अनुसरून त्यांच्या समजुतीप्रमाणे कांहींना कांहीं सत्य आहे. यास्तव कोणत्याही कुटुंबातील एका मानव स्त्रीने बौद्ध धर्मी पुस्तक वाचून तिच्या मर्जीप्रमाणे पाहिजे असल्यास तिनें तो धर्म स्वीकारावा व त्याच कुटुंबातील तिच्या पतीनें व जुना करार वाचून त्याच्या मर्जीप्रमाणें पाहिजे असल्यास त्यानें ख्रिस्ती व्हावें व त्याच कुटुंबातील त्यांच्या कन्येनें कुराण वाचून तिच्या मर्जीप्रमाणे पाहिजे असल्यास तिनें महमदी व्हावें आणि त्याच त्याच्या पुत्रानें सार्वजनिक धर्म पुस्तक वाचून त्याच्या मर्जीप्रमाणे पाहिजे असल्यास त्याने सार्वजनीक सत्यधर्मी व्हावें आणि या सर्व मातापित्यांसह कन्यापुत्रांनीं आपला प्रपंच करत असतां प्रत्येकानें कोणी कोणाच्या धर्माचा हेवा करून द्वेष करूं नये आणि त्या सर्वांनीं आपण सर्वांच्या निर्माणकर्त्यानें निर्माण केलेली लेकरें असून, त्याच्याच (निर्मिकाच्या) कुटुंबातील आहोंत, असें समजून प्रेमानें व गोडीगुलाबीनें एकमेकांशी वर्तन करावे; म्हणजे ते आपल्या सर्वांच्या निर्माणकर्त्याच्या राज्यांत धन्य होतील.'

विवाह, अंत्यविधी, श्राद्ध अशा मानवी जीवनातील महत्त्वाच्या संस्कारविधींच्या प्रक्रियाही जोतीराव स्पष्ट करतात.

मानवी धर्मेतिहासात धर्मजीवनविषयक एवढी उदात्त कल्पना या आधी कोणी मांडलेली आढळत नाही. ग्रंथाच्या समाप्तीच्या वेळी जोतीरावांनी दहा अखंडांमधून सर्व मानव स्त्री-पुरुषास प्रार्थना केली आहे.

अखंड

जोतीरावांच्या अखंडांविषयी पुरेसे विवेचन सुरुवातीलाच केले आहे. अखंडांची/अभंगाची रचना ही जोतीरावांसाठी सतत चालणारी घटना होती. त्यांच्या गद्य लेखनात येणारे अनेक मुद्दे परिणामकारक रीतीने अखंडांमधून पद्यरूपाने अवतरत असल्यामुळे ते मनाची पकड घेतात. सत्यशोधक मंडळी कीर्तनातून, मेळ्यामधून या अखंडांचा उपयोग प्रचारासाठी करत असत. 'धूर्त चिटणीसाच्या पुढे काय कलेक्टर बापुडे' ही ओळ ब्राह्मणेतर चळवळीत खूपच लोकप्रिय बनली होती.

नमुन्यादाखल जोतीरावांचे काही प्रभावी अखंड उद्धृत करून चरित्राचा समारोप करू.

शिरीं जटाधार मृगचर्मी वस्त्र ॥ वाची आर्यशास्त्र ॥ साधु झाला ॥१॥
ताबुतीं चितारे सोंग रंगवीलें ॥ घरांत खेळले ॥ वाघापरी ॥२॥

साधुपरी व्याघ्र मनुष्य बा केला।। गांठी ना कुत्र्याला ।। धावतांना ।।३।।
सत्यावीण साधु मानव बनले ।। सर्व वाया गेले ।। जोती म्हणे ।।४।।

मातापित्यामुळें होईना कुलीन ।। दुर्गूणाची खाण ।। जगामाजीं ।।१।।
द्रव्याच्या बळाने दारूस सोडीना ।। पाळी वेसवांना ।। लाज गेली ।।२।।
ब्राह्मण म्हणूनी उन्मत्त तो झाला ।। नाडितो शुद्राला ।। सर्वोपरी ।।३।।
दुर्गुणापासून मुक्त नाहीं झाला।। त्यागा पातक्याला ।। जोती म्हणे ।।४।।

जरी तुझी सुखालागीं तळमळ ।। तरी पाठबळ ।। सत्य घेई ।।१।।
धैर्यानें वागावें सत्य आळवून ।। सुखी करा जन ।। जगामाजीं ।।२।।
मग तूं अवघाची सुखरूप होशी ।। तरून तारशी ।। दुसऱ्यास ।।३।।
खरें हेच ज्ञान आत्मपरिक्षण ।। बुद्धीचें लक्षण ।। जोती म्हणे ।।४।।

निर्मीले बांधव स्त्रीपुरुषाप्राणी ।। त्यांत गोरे कोणी।। रंगवर्ण ।।१।।
त्यांचे हितासाठीं बुद्धिमान केले ।। स्वतंत्र ठेविले ।। ज्या त्या कामीं ।।२।।
कोणास न पिडी कमावलें खाई ।। सर्वां सुख देई ।। आनंदांत ।।३।।
खरी हीच नीती मानवाचा धर्म ।। बाकीचे अधर्म ।। जोती म्हणे ।।४।।

प्राणीमात्रा सर्व निर्मीली ।। साधने ती दिली ।। परोपरी ।।१।।
पदार्थ निर्मून सर्वांस पोशींले ।। आनंदीत केले ।। सर्वकाळ ।।२।।
त्यांपैकीं मानव बुद्धीमान केला ।। सत्य वर्तायाला ।। मासल्यांत ।।३।।
रंजलेगांजले अनाथा पोसावें ।। प्रितीनें वागावे ।। बंधूपरी ।।४।।
त्याच्या खटाटोपी आणा ध्यानीं मनीं ।। उपकार मनी ।। जिवेंभावें ।।५।।
परपिडा देणें मानवा दुषण ।। कळीचें साधन ।। जगामाजीं ।।६।।
कृतज्ञ होऊनी मानी समाधान ।। तृप्तीची ती खूण ।। जोती म्हणे ।।७।।

दृढ मनीं धरीं सद्विवेकास ।। तेंच संतानास ।। सुख देई ।।१।।
जगहितासाठीं सत्यानें वर्तती ।। हित ते करती ।। स्वतःचेही ।।२।।
आपहितासाठी मुढा नाडूं जातां ।। त्यानें तसे होतां ।। मग कसें ।।३।।
सद्‌विवेकानें तुम्ही करा न्याय।। नसे पुढें भय ।। जोती म्हणे ।।४।।

थोडे दिन तरी मद्य वर्ज करा ।। तोंच पैसा भरा ।। ग्रंथासाठीं ।।१।।
ग्रंथ वाचीतांना मनीं शोध करा ।। देऊं नका थारा ।। वैरभावा ।।२।।
खोट्या धर्मा नाहीं सत्याचा आधार ।। व्यर्थ बडीवार ।। स्वार्थासाठी ।।३।।
सत्य सोडूनीयां धर्मवादी होती ।। संग्रामी करती ।। रक्तपात ।।४।।
लढण्याचा कित्ता संताना घालीती ।। पिढीजादा देती ।। दु:ख जगा ।।५।।
सहीष्णुतेवीण नाहीं समाधान ।। एकीस बंधन ।। जोती म्हणे ।।६।।

बंधु आर्य राया दयावान व्हाया ।। जाळून टाकावा ।। मनुग्रंथ ।।१।।
वेदांती म्हणतां तुम्हा कैचा भेद ।। लावा पाहू दाद ।। मनुज्यांची ।।२।।
सांडुं नका ख्रिस्ती मुसलमानास ।। मांगामहारास । शुद्रासह ।।३।।
निर्धारानें धरीं सद्विवेकास ।। कित्ता संतानास ।। जोती म्हणे ।।४ ।।

बंधु सद्विवेकास बहु विसरती ।। धर्मास कल्पीती ।। घरोघर ।।१।।
मानवांचा धर्म एक तो कोणता ।। जगीं शोधूं जातां ।। बहु धर्म ।।२।।
जो तो म्हणे माझा धर्म एकला।। गर्वाने फुगला ।। जगामाजी ।।३।।
कोणत्या धर्मास जगीं थारा द्यावा ।। संसारीं पाळावा ।। जोती म्हणे ।।४।।

वेद मनुग्रंथ घरीं लपविले ।। म्लेंच्छा फसविले ।। मोघमांत ।।१।।
त्यांचे ब्रह्मकुट इंग्लिशें शोधीलें ।। बाहेर काढीलें ।। छी : थू : केली ।।२।।
मांग महाअरी वाढपे करती ।। मोठे हुद्दे देती ।। फौजेमध्यें ।।३।।
इंग्लिश स्मरती सद्विवेकास ।। काळीमा आर्यास ।। जोती म्हणे ।।४।।

जगामाजी धर्म अगणीत होती ।। लढाया खेळती ।। रेड्यापरी ।।१।।
रेडे धरणारे प्राणास मुकती ।। कित्येक म्हणती ।। स्वर्गी गेले ।।२।।
कोणी म्हणे सर्व मार्टर झाले।। जन्नतीस गेले।। कोणी म्हणे ।।३।।
सद्विवेकावीण सर्व भांबावले ।। रक्तपाती झाले।। जोती म्हणे ।।४।।

परिशिष्ट

महात्मा जोतीराव गोविंदराव फुले यांच्या चरित्राचा कालपट
(१८२७-१८९०)

घटना	वर्ष
जन्म	१८२७
पंतोजीच्या शाळेत मराठी शिक्षण	१८३४-३८
कावडी येथील झगडेपाटील यांच्या कन्येशी विवाह	१८४०
मिशनरी शाळेतील माध्यमिक (इंग्रजी) शिक्षण	१८४१-४७
लहुजीबुवांकडे तालीम आणि क्रांतिकारक विचार	१८४७
टॉमस पेनकृत 'राइट्स ऑफ मॅन' या ग्रंथाचे मनन	१८४७
उच्चवर्णीय लग्नाच्या मिरवणुकीत झालेला अपमान	१८४८
शूद्रातिशूद्रांसाठी मुलींची शाळा	१८४८
शूद्रादिकांना शिक्षणदान करण्याचे व्रत घेतल्याने सौभाग्यवतीसह करावा लागलेला गृहत्याग	१८४९
मराठी प्रकाशनांना अनुदान देण्याची मागणी करणाऱ्या सुधारकांच्या सभेला दिलेले संरक्षण	१८५१
चिपळूणकरांच्या वाड्यांतील व रास्तापेठेतील मुलींच्या शाळांची स्थापना	१८५१
मे. कँडी यांच्या अध्यक्षतेखाली शिक्षणकार्याबद्दल सरकारी विद्याखात्याकडून सत्कार	१६ नोव्हेंबर १८५२

'सत्सार क्र. २'	ऑक्टोबर १८८५
'इशारा'	१ ऑक्टोबर १८८५
ग्रामजोश्यांच्या हक्कासंबंधी जुन्नर कोर्टाचा निर्णय	२९ मार्च १८८६
मामा परमानंद यांस पत्र	२ जून १८८६
'सत्यशोधक समाजोक्त मंगलाष्टकासह सर्व पूजा-विधी'	जून १८८७
मृत्यूपत्र तयार केले	१० जुलै १८८७
ड्यूक ऑफ कनॉटचा सत्कार आणि फुलेकृत दंभस्फोट	२ मार्च १८८८
जनतेकडून सत्कार आणि 'महात्मा' ही पदवी अर्पण	११ मे १८८८
'सार्वजनिक सत्यधर्म पुस्तक' या मरणोत्तर (सन. १८९१) प्रसिद्ध झालेल्या पुस्तकाचे लेखन	१ एप्रिल १८८९
मृत्यू	२८ नोव्हेंबर १८९०

संदर्भ : *समग्र फुले वाङ्मय* : संपादक - य.दि.फडके.

www.ingramcontent.com/pod-product-compliance
Lightning Source LLC
LaVergne TN
LVHW090056230825
819400LV00032B/760
* 9 7 8 9 3 8 7 4 0 8 8 9 0 *